- Mười Tai Vạ -

Đời Sống Bất Tuân
và
Đời Sống Vâng Phục

Dr. Jaerock Lee

> *Đức Giê-hô-va phán:*
> *"Vì chính ta biết rõ chương trình*
> *mà ta hoạch định cho các ngươi,*
> *'là chương trình bình an chứ không phải tai họa,*
> *để cho các ngươi có một tương lai hy vọng.'"*
> (Giê rê mi 29:11)

Đời Sống Bất Tuân và Đời Sống Vâng Phục được xuất bản bởi
Tiến Sĩ Jaerock Lee
Do Nhà Sách Urim xuất bản (Người đại diện: Seongnam Vin)
73, Yeouidaebang-ro 22-gil, Dongjak-gu, Seoul, Korea
www.urimbooks.com

Sách đã đăng ký bản quyền. Quyển sách này hay những phần của sách không được phép tái sản xuất dưới bất kỳ hình thức nào, hoặc lưu trữ trong một hệ thống thu hồi, hoặc tuyên truyền dưới mọi hình thức hay bất kỳ phương tiện nào, điện toán, máy móc, sao chép, thu âm hay phương tiện khác, mà không được sự cho phép bằng văn bản của nhà xuất bản.

Trừ khi được đề cập đến, tất cả những phần trích dẫn Kinh Thánh đều được trích từ Kinh Thánh, bản dịch The Holy Bible in Vietnamese Old Version (Re-typeset) ®, Copyright © VNM – 2009-25M VNOV 42 – ISBN 978-1-921445-58-3 bởi United Bible Societies, 1998. Được dùng dưới sự cho phép.

Bản Quyền © 2015 by Dr. Jaerock Lee
ISBN: 979-11-263-0518-6 03230
Bản Quyền Dịch Thuật © 2011 bởi Dr. Esther K. Chung. Được phép sử dụng.

Đã được Urim Books xuất bản bằng tiếng Hàn, năm 2007, tại Seoul, Hàn Quốc

Ấn hành lần thứ nhất tháng 1 năm 2020

Biên tập bởi Tiến sĩ Geumsun Vin
Thiết kế bởi Ban Biên tập Sách U-rim
In tại Công ty In Prione Printing
Để biết thêm thông tin: urimbook@hotmail.com

Lời nói đầu

Khi cuộc Nội Chiến ở nước Mỹ lên đến đỉnh cao, Abraham Lincoln tổng thống thứ 16 đã ban hành một ngày kiêng ăn cầu nguyện vào 30 tháng tư, 1863.

"Những tai họa khủng khiếp ngày nay có thể là sự trừng phạt vì tội lỗi của tổ phụ chúng ta. Chúng ta đã quá hãnh diện về những thành công và sự giàu có của mình. Chúng ta hãnh diện đến đỗi đã quên cầu nguyện với Đức Chúa Trời là Đấng đã tạo dựng nên chúng ta. Chúng ta phải xưng nhận tội lỗi của dân tộc mình và cầu xin lòng thương xót cùng ơn huệ của Đức Chúa Trời với lòng khiêm nhu và hạ mình. Đây là trách nhiệm của mỗi người dân đối với đất nước chúng ta."

Theo lời kêu gọi của vị lãnh tụ tối cao, nhiều người dân nước Mỹ đã hưởng ứng và dành ra một ngày để kiêng ăn cầu nguyện.

Lincoln hạ mình cầu nguyện cùng Đức Chúa Trời và đã cứu được nước Mỹ ra khỏi sự chia cắt. Trong thực tế, chúng ta có tìm kiếm Chúa để tìm ra mọi giải pháp cho những nan đề.

Phúc âm đã được nhiều nhà truyền giáo rao giảng trong suốt những thế kỷ qua, song nhiều người nói rằng họ tin vào chính mình hơn là nghe lời Đức Chúa Trời.

Ngày nay, khí hậu biến đổi thất thường và thiên tai đang xảy ra khắp nơi trên thế giới Cho dù với một nền y học tiến bộ, song có nhiều căn bệnh mới và nhiều căn bệnh kháng thuốc đang ngày càng trở nên hiểm độc hơn.

Người ta có thể tin cậy vào chính mình. Nhiều người có thể lánh xa khỏi Chúa, nhưng khi chúng ta nhìn sâu vào đời sống của họ, chúng ta không thể nào không nói đến sự lo lắng, đau khổ, nghèo khó, và bệnh tật.

Một ngày kia người ta có thể không còn khỏe mạnh nữa. Một số người phải chia lìa người thân trong gia đình hoặc vì rủi ro mà mất hết cả cơ đồ. Nhiều người khác có thể gặp rất nhiều khó khăn trong công việc làm ăn hay tại nơi làm việc của mình.

Họ có thể kêu khóc mà rằng, "Cớ sao những sự nầy đã phải xảy đến với tôi?" Song, họ không tìm ra lối thoát. Cũng có nhiều tín đồ đã phải khốn đốn với những hoạn nạn, thử thách mà không biết lối thoát.

Song, mọi sự đều có nguyên nhân của nó. Mọi nan đề và khó khăn cũng có nguyên nhân của chúng.

Mười Tai Vạ đã giáng trên xứ Ê-díp-tô, và những luật lệ của ngày lễ Vượt Qua đã được ghi lại trong Sách Xuất Ê-díp-tô-ký mang lại cho chúng ta manh mối của những lời giải đáp cho mọi nan đề là những thứ mà ngày nay hết thảy loài người trên đất nầy đều gặp phải.

Về ý nghĩa thuộc linh, Ê-díp-tô nói đến thế gian, và ngay cả ngày nay, bài học từ Mười Tai Vạ trên xứ Ê-díp-tô cũng được áp dụng cho hết thảy mọi người trên khắp hành tinh. Song chẳng có nhiều người nhận biết được tiên chỉ của Đức Chúa Trời hàm chứa trong Mười Tai Vạ nầy.

Vì Kinh Thánh chẳng nói rằng ấy là 'Mười Tai Vạ', một số người cho rằng ấy là mười một hay thậm chí mười hai tai vạ.

Quan niệm trước đây bao hàm đến trường hợp chiếc gậy của A-rôn hóa thành rắn. Song, thật ra khi nhìn vào một con rắn thì chẳng hại gì, nên thật khó để điều nầy được kể vào một trong những tai vạ.

Nhưng vì rắn trong đồng vắng có nọc cực độc, bất kỳ người nào khi bị rắn cắn đều phải chết, vì vậy chỉ nhìn thấy rắn là người ta đã hoảng sợ. Bởi cớ đó mà một số người đã kể nó vào một trong những tai vạ.

Về sau có quan niệm bao hàm cả sự cố chiếc gậy hóa thành rắn cùng với sự kiện những binh lính Ê-díp-tô thiệt mạng nơi Biển Đỏ. Vì lúc bấy giờ, dân sự Y-sơ-ra-ên chưa vượt qua Biển Đỏ, họ tính đến cả sự cố nầy mà nói rằng có mười hai tai vạ. Nhưng điều quan trọng không ở số lượng các vụ tai vạ mà bèn là ý nghĩa thuộc linh và sự tiên liệu của Đức Chúa Trời đã bao hàm trong đó.

Có hai hình ảnh tương phản được khắc họa trong sách nầy, đó là cuộc đời của Pha-ra-ôn, là kẻ không vâng lời Đức Chúa Trời, và cuộc đời của Môi-se một vị lãnh đạo có đời sống vâng phục. Sách nầy đồng thời cũng chứa đựng tình yêu thương của Đức Chúa Trời, Ngài là Đấng có tình yêu vô biên đã khiến chúng ta nhận biết được con đường cứu rỗi qua kỳ lễ Vượt Qua, luật của sự cắt bì, và ý nghĩa của lễ Bánh Không Men.

Pha-ra-ôn đã bất tuân Đức Chúa Trời mặc dù đã từng nhìn thấy quyền năng của Ngài, rồi ông rơi vào tình trạng không sao thay đổi được. Song nhờ vâng phục mà dân Y-sơ-ra-ên đã tai qua nạn khỏi.

Qua Mười Tai Vạ, Đức Chúa Trời muốn chúng ta nhận biết rằng tại sao hoạn nạn và thử thách đến trên chúng ta, hầu cho chúng ta có thể giải quyết được mọi nan đề trong cuộc sống và thoát khỏi mọi tai vạ.

Hơn thế nữa, bởi những thử thách đó cho chúng ta biết về những ơn phước sẽ đến khi chúng ta vâng phục, Ngài muốn chúng ta trở thành công dân nước thiên đàng với tư cách là con cái của Ngài.

Những ai đọc sách nầy sẽ có thể nhận biết những bí quyết cho việc giải quyết nan đề trong cuộc sống. Người ta sẽ cảm nhận được sự thỏa cơn khát tâm linh như thể thưởng thức cơn mưa ngọt ngào sau nhiều ngày nắng hạn, và được dẫn dắt đến con đường của sự am tường và phước hạnh.

Tôi xin gởi lời tri ân đến Geumsun Vin, giám đốc ban biên tập cùng tất cả các nhân sự đã góp phần cho việc xuất bản sách nầy. Trong danh Cứu Chúa Giê-xu Christ tôi cầu nguyện cho tất cả độc giả sách nầy đều có một đời sống vâng phục hầu cho họ sẽ nhận lãnh được tình yêu và ơn phước kỳ diệu từ Đức Chúa Trời.

Tháng bảy 2007

Jaerock Lee

Mục lục

Lời nói đầu

Đời Sống Bất Tuân · 1

Chương 1
Mười Tai Vạ Giáng trên Ê-díp-tô · 3

Chương 2
Đời Sống Bất Tuân và Những Tai Vạ · 21

Chương 3
Tai Vạ về Huyết, Ếch Nhái, và Muỗi · 33

Chương 4
Tai Vạ về Ruồi, Dịch Hạch, và Ung Nhọt · 51

Chương 5
Tai Vạ về Mưa Đá và Cào Cào · 67

Chương 6
Tai Vạ về Sự Tối Tăm và Giết Hại Con Đầu Lòng · 81

Đời Sống Vâng Phục · 95

Chương 7
Lễ Vượt Qua và Con Đường Cứu Rỗi · 97

Chương 8
Lễ Cắt Bì và Tiệc Thánh · 113

Chương 9
Xuất Ê-díp-tô và Lễ Bánh Không Men · 129

Chương 10
Đời Sống Vâng Phục và Những Phước Hạnh · 143

Đời Sống
Bất Tuân

Nhưng nếu các ngươi không nghe theo tiếng phán của Giê-hô-va Đức Chúa Trời Ngươi,
không cẩn thận làm theo các điều răn và luật pháp của Ngài
mà ta truyền cho các ngươi ngày nay,
thì nầy là mọi sự rủa sả sẽ giáng xuống trên mình ngươi
và đuổi kịp ngươi:
Ngươi sẽ bị rủa sả ở trong thành và ngoài đồng ruộng,
cái giỏ và cái thùng nhồi bột của ngươi cũng bị rủa sả.
Bông trái của thân thể ngươi,
Hoa quả của đất ruộng ngươi,
Cả với chiên con lẫn bò cái con của ngươi, đều sẽ bị rủa sả.
Ngươi sẽ bị rủa sả khi đi ra và lúc đi vào.
(Phục Truyền Luật Lệ Ký 28:15-19)

Chương 1

Mười Tai Vạ Giáng trên Ê-díp-tô

Xuất Ê-díp-tô-ký 7:1-7

Đức Giê-hô-va phán cùng Môi-se rằng: Hãy xem ta lập ngươi như là Đức Chúa Trời cho Pha-ra-ôn, còn A-rôn, anh ngươi, sẽ làm kẻ tiên tri của ngươi. Hãy nói lại mọi lời ta sẽ truyền dạy ngươi, rồi A-rôn, anh ngươi, sẽ tâu cùng Pha-ra-ôn, đặng người thả dân Y-sơ-ra-ên ra khỏi xứ mình. Nhưng ta sẽ làm cho Pha-ra-ôn cứng lòng, và thêm nhiều dấu lạ phép kỳ của ta trong xứ Ê-díp-tô. Nhưng Pha-ra-ôn sẽ chẳng nghe các ngươi đâu; ta sẽ tra tay vào xứ Ê-díp-tô, dùng những sự đoán phạt nặng nề, đặng rút khỏi xứ đó các quân đội ta, là dân Y-sơ-ra-ên. Khi nào ta tra tay vào xứ Ê-díp-tô mà rút dân Y-sơ-ra-ên ra khỏi giữa vòng người Ê-díp-tô, thì họ sẽ biết ta là Đức Giê-hô-va. Môi-se và A-rôn bèn làm theo y như lời Đức Giê-hô-va đã phán dặn. Vả, khi hai người tâu cùng Pha-ra-ôn, thì Môi-se tuổi đã tám mươi, còn A-rôn tám mươi ba.

Mọi người đều có quyền được hưởng hạnh phúc, nhưng thật ra chẳng có mấy người cảm thấy mình đang hạnh phúc. Đặc biệt trong thế giới ngày nay với đủ thứ tai họa, bệnh tật, tội phạm, thật khó để đảm bảo hạnh phúc cho bất kỳ người nào.

Song, hơn bất kỳ ai, có một người mong muốn chúng ta được hưởng hạnh phúc. Ấy chính là Thiên Phụ từ ái, Đấng đã tạo dựng nên chúng ta. Trong thâm tâm của hầu hết các bậc làm cha mẹ đều mong muốn trao cho con cái mình mọi thứ để chúng được hạnh phúc mà không cần đặt ra điều kiện nào. Thiên Phụ yêu thương chúng ta nhiều hơn bất kỳ một người làm cha mẹ nào yêu thương con cái mình, Ngài mong muốn ban phước cho chúng ta nhiều hơn những gì mà bất kỳ một người làm cha mẹ nào ao ước.

Có bao giờ Đức Chúa Trời lại có thể muốn cho con cái mình phải chịu khốn khổ với đau đớn hay phải chịu thảm họa chăng? Không gì có thể so sánh được với mong muốn của Đức Chúa Trời dành cho chúng ta.

Nếu chúng ta có thể nhận biết được ý nghĩa thiêng liêng và sự tiên liệu của Đức Chúa Trời hàm chứa trong Mười Tai Vạ giáng lên Ê-díp-tô, chúng ta có thể hiểu rằng ấy cũng chính là tình yêu của Ngài. Hơn Thế nữa, chúng ta có thể khám phá ra những con đường để tránh khỏi những tai họa. Nhưng cho dù đứng trước thảm họa, chúng ta có thể tìm thấy và được tỏ cho biết lối thoát để tiếp bước theo con đường phước hạnh.

Khi đối diện với khó khăn, nhiều người chẳng tin cậy Ngài, song cứ vẫn phàn nàn chống nghịch lại Đức Chúa Trời. Thậm chí trong vòng các tín hữu cũng có một số kẻ không hiểu tấm lòng của Đức Chúa Trời khi họ phải đối diện với gian khổ. Họ đâm ra nản chí và thất vọng.

Gióp từng là người giàu có nhất Phương Đông. Nhưng khi tai vạ đến trên người, thoạt đầu người chẳng hiểu nổi ý muốn của Đức Chúa Trời. Người đã nói như thể những gì đã đến trên người là những điều phải đến. Điều nầy được bày tỏ trong Gióp 2:10. Người nói rằng vì mình đã nhận lãnh phước hạnh từ Đức Chúa Trời, thì cũng có lúc phải nhận cả bất hạnh nữa. Tuy nhiên, người nhầm tưởng rằng Đức Chúa Trời ban ơn và giáng họa một cách vô cớ.

Đức Chúa Trời chẳng hề muốn trao tai họa cho chúng ta mà bèn là sự bình an. Trước khi bước vào Mười Tai Vạ giáng lên Ê-díp-tô, chúng ta hãy suy nghĩ về vị thế và hoàn cảnh của Y-sơ-ra-ên lúc bấy giờ.

Sự Tạo Dựng nên Dân Tộc Y-sơ-ra-ên

Y-sơ-ra-ên là tuyển dân của Đức Chúa Trời. Trong lịch sử của họ chúng ta có thể thấy khá rõ sự tiên liệu và tiên chỉ của Đức Chúa Trời. Y-sơ-ra-ên là danh được ban cho Gia-cốp, cháu nội Áp-ra-ham. Y-sơ-ra-ên có nghĩa là *"Ngươi đã có vật lộn cùng Đức Chúa Trời và người ta; ngươi đều được thắng"* (Sáng Thế ký 32:28).

Y-sác là con trai của Áp-ra-ham, Y-sác có hai người con trai song sanh, ấy là Ê-sau và Gia-cốp. Thật khác thường rằng khi được sinh ra Gia-cốp đã nắm lấy gót chân của anh mình là Ê-sau. Gia-cốp muốn nắm quyền con trưởng thay cho anh mình là Ê-sau.

Đó là lý do mà sau nầy Gia-cốp đã dùng vài miếng bánh và món đậu lăng hầm để mua đặc quyền dành cho con trưởng (quyền thừa kế) từ Ê-sau. Người cũng đánh lừa cả phụ thân mình là Y-sác để chiếm đoạt lấy sự chúc phước dành cho con trai trưởng là Ê-sau.

Ngày nay, con người đã thay đổi quá nhiều, người ta không những để sự thừa kế lại cho các con trai mà còn cho các con gái nữa. Nhưng trước đây, con trưởng nam thường nhận toàn bộ quyền thừa kế từ cha mẹ mình. Tại Y-sơ-ra-ên cũng vậy, sự phước hạnh nầy dành cho con trưởng nam thật to lớn.

Kinh Thánh cho chúng ta biết rằng Gia-cốp đã dụng kế dối gạt để chiếm lấy phước hạnh thuộc về con trưởng nam, song người thật sự khao khát được nhận lãnh ơn phước từ nơi Đức Chúa Trời. Cho đến khi thật sự nhận lấy phước hạnh, người đã phải trải qua mọi khó khăn. Người đã phải lánh khỏi mặt anh trai mình. Người đã phục dịch cho cậu mình là La-ban trong hai mươi năm ròng, trong thời gian ấy người đã phải liên tục chịu đựng với đủ trò dối gạt của cậu mình.

Khi trở về quê hương, Gia-cốp đã sống trong tình trạng nơm nớp lo sợ vì anh cả vẫn còn giận dữ người. Gia-cốp đã phải trải qua những khó khăn nầy vì cớ người đã dụng kế với bản tánh xảo quyệt của mình để mưu tìm lợi lộc riêng.

Nhưng nhờ có sự kính sợ Đức Chúa Trời trên hết mọi sự, người đã triệt phá được cái bản ngã và 'cái tôi' của mình qua những gian nan thử thách nầy. Nhờ đó, cuối cùng người đã nhận lãnh được phước hạnh từ nơi Đức Chúa Trời và đất nước Y-sơ-ra-ên được hình thành từ mười hai người con trai của ông.

Bối cảnh của Xuất Ê-díp-tô và Sự Xuất Hiện của Môi-se

Tại sao dân sự Y-sơ-ra-ên phải sống kiếp nô lệ ở xứ Ê-díp-tô?

Gia-cốp, tổ phụ của Y-sơ-ra-ên, đã tỏ ra thiên vị đối với con trai thứ mười một của mình là Giô-sép. Ra-chên, người vợ yêu quý nhất của Gia-cốp, đã sinh hạ Giô-sép. Chính điều nầy đã gây ra sự ganh ghét của những người anh cùng cha khác mẹ của Giô-sép, để rồi cuối cùng Giô-sép đã bị các anh mình bán sang Ê-díp-tô để làm nô lệ.

Giô-sép kính sợ Đức Chúa Trời và hành sự cách chính trực. Người bước đi theo Chúa trong mọi sự, chỉ mười ba năm kể từ khi bị bán sang Ê-díp-tô, người đã trở nên bậc cầm quyền dưới vua trên toàn xứ Ê-díp-tô.

Bấy giờ có một vụ hạn hán lớn trong xứ Cận Đông, với Đặc ân của Giô-sép, Gia-cốp cùng cả nhà người đã chuyển đến Ê-díp-tô. Vì cớ Ê-díp-tô được cứu khỏi cơn hạn hán nghiêm trọng đó nhờ sự khôn ngoan của Giô-sép, Pha-ra-ôn cùng dân sự Ê-díp-tô đã đối đãi ân hậu cùng gia đình người và ban đất tại xứ Gô-sen cho họ.

Sau nhiều thế hệ trôi qua, dân sự Y-sơ-ra-ên đã chiếm ưu thế về số lượng. Điều nầy khiến người Ê-díp-tô cảm thấy lo sợ. Vì cớ đã hàng trăm năm trôi qua kể từ khi Giô-sép qua đời, họ đã quên bẵng ơn huệ của người.

Cuối cùng, người Ê-díp-tô đã ra tay ngược đãi dân sự Y-sơ-ra-ên và bắt họ làm nô dịch. Dân sự Y-sơ-ra-ên bị cưỡng bức làm lụng khó nhọc.

Hơn thế nữa, nhằm ngăn chặn sự phát triển về số lượng của dân sự Y-sơ-ra-ên, Pha-ra-ôn truyền lệnh cho những người tỳ nữ Hê-bơ-rơ phải giết hết những con trai vừa mới sanh ra.

Môi-se, người cầm đầu cuộc Xuất Hành, đã được ra đời trong thời kỳ đen tối nầy.

Mẹ người thấy người là một đứa trẻ tốt tướng và đã giấu người trong ba tháng. Đến lúc bà thấy không thể giấu người được thêm nữa, thì bèn đặt người vào một cái rương mây rồi đem để vào trong đám sậy bên bờ sông Nin.

Lúc bấy giờ, công chúa Ê-díp-tô đi xuống sông Nin để tắm. Nàng nhìn thấy chiếc rương ấy và muốn giữ đứa bé lại. Người chị của Môi-se nhìn xem những gì đã xảy ra và người nầy liền giới thiệu ngay Giô-kê-bết, người đã sanh ra Môi-se, làm vú nuôi. Nhờ đó, Môi-se đã được nuôi lớn bởi chính người mẹ sanh ra mình.

Theo lẽ tự nhiên, người đã học biết về Đức Chúa Trời của

Áp-ra-ham, Y-sác, Gia-cốp và về dân sự Y-sơ-ra-ên.

Lớn lên trong cung điện Pha-ra-ôn, Môi-se đã học được rất nhiều kiến thức là những điều giúp sửa soạn và trang bị cho chức vụ của một người lãnh đạo. Đồng thời ông cũng học biết cách rõ ràng về dân tộc mình và Đức Chúa Trời. Tình yêu của người dành cho Đức Chúa Trời và cho dân tộc mình cũng ngày càng lớn lên.

Đức Chúa Trời chọn Môi-se làm người lãnh đạo cho công cuộc Xuất Hành, từ tấm bé người đã học biết và rèn luyện chức vụ lãnh đạo và cai quản.

Môi-se và Pha-ra-ôn

Một ngày nọ, có một bước ngoặc trong cuộc đời Môi-se. Người luôn lo lắng về dân tộc mình – người Hê-bơ-rơ, và canh cánh mối lo âu về nỗi khổ nhọc và khốn đốn của họ với kiếp sống của những kẻ nô lệ. Một hôm, người trông thấy một người Ê-díp-tô đánh đập một người Hê-bơ-rơ. Không thể cầm được cơn giận, người đã ra ta sát hại mạng sống người Ê-díp-tô ấy. Cuối cùng, khi chuyện nầy đến tai Pha-ra-ôn, Môi-se đã phải trốn khỏi mặt người.

Kế đến, Môi-se đã phải trải qua bốn năm làm công việc chăn chiên trong Đồng Vắng Mi-đi-an. Tất cả những việc nầy đều nằm trong sự tiên liệu của Đức Chúa Trời nhằm sửa soạn cho Môi-se trở thành người cầm đầu trong công cuộc Xuất Hành.

Trong bốn mươi năm làm công việc chăn chiên cho nhạc gia trong đồng vắng, người đã hoàn toàn từ bỏ tước vị cao trọng của một hoàng tử Ê-díp-tô và đã trở thành một con người rất đỗi khiêm nhường.

Chỉ sau tất cả các sự kiện nầy, Đức Chúa Trời kêu gọi Môi-se làm người cầm đầu công cuộc Xuất Hành.

Môi-se bèn thưa cùng Chúa rằng, "Tôi là ai, dám đi đến Pha-ra-ôn, đặng dắt dân Y-sơ-ra-ên ra khỏi xứ Ê-díp-tô?" (Xuất Ê-díp-tô-ký 3:11).

Vì Môi-se chỉ là kẻ trải qua bốn năm làm công việc chăn chiên, nên người đã chẳng dám tự tin. Đức Chúa Trời cũng biết rõ tấm lòng của người, và chính Ngài đã tỏ cho người thấy rất nhiều dấu lạ như biến chiếc gậy thành rắn để khiến người đến trước mặt Pha-ra-ôn mà truyền mạng lệnh của Đức Chúa Trời. Môi-se hoàn toàn khiêm nhường mà làm theo mạng lệnh của Đức Chúa Trời. Song Pha-ra-ôn chẳng như vậy, ông là một kẻ rất cứng lòng và ương ngạnh.

Một con người với tấm lòng đã chai lì chẳng hề thay đổi cho dù sau khi chứng kiến rất nhiều công việc của Đức Chúa Trời. Qua một dụ ngôn quen thuộc mà Đức Chúa Giê-xu đã nói trong Ma-thi-ơ 13:18-23, trong số bốn loại ruộng, tấm lòng chai lì được xếp vào loại 'dọc đường.' Loại ruộng dọc đường là đất rất cứng vì người ta thường xuyên giẫm đạp lên đó. Những kẻ có tấm lòng như vậy sẽ chẳng bao giờ thay đổi cho dù sau khi tận mắt nhìn thấy công việc của Đức Chúa Trời.

Lúc bấy giờ người Ê-díp-tô là một giống dân khỏe mạnh và tính khí can trường như sư tử. Pha-ra-ôn, kẻ trị vì trên họ, nắm toàn quyền và tự xem mình là thần. Người ta hầu hạ người như thể người là một vị thần.

Môi-se đã nói về Đức Chúa Trời cho những kẻ có loại tâm trí như vậy. Họ chẳng biết gì về Đức Chúa Trời mà Môi-se nói đến, và là Đấng đã truyền lệnh cho Pha-ra-ôn hãy để cho dân sự Y-sơ-ra-ên ra đi. Thật khó lòng để họ nghe theo những gì Môi-se nói ra.

Hơn nữa, vì họ đã được hưởng lợi lớn từ sức lao động của dân sự Y-sơ-ra-ên, cho nên lại càng khó khăn hơn để họ phải chấp nhận điều nầy.

Ngày nay cũng có nhiều người chỉ xem kiến thức, danh vọng, quyền lực, hay sự giàu có của mình là điều quý trọng nhất. Họ chỉ mưu tìm lợi lộc riêng và chỉ biết tin cậy vào khả năng của chính mình. Họ kiêu ngạo và cứng lòng.

Ông của Pha-ra-ôn và người Ê-díp-tô đã chai lì. Họ bất tuân tiên chỉ của Đức Chúa Trời do Môi-se truyền lại. Họ bất tuân đến cùng, rốt cuộc họ phải bị án tử.

Cho dù Pha-ra-ôn cứng lòng, song Đức Chúa Trời đã không giáng họa ngay từ đầu.

Như có lời chép rằng, *"Đức Giê-hô-va hay làm ơn, có lòng*

thương xót, chậm nóng giận, và đầy sự nhân từ" (Thi-thiên 145:8), Đức Chúa Trời đã nhiều lần tỏ cho họ thấy quyền năng của Ngài qua Môi-se. Đức Chúa Trời muốn họ nhận biết Ngài và vâng phục Ngài. Song, Pha-ra-ôn ngày càng thêm cứng lòng.

Đức Chúa Trời, Đấng nhìn thấy tâm trí của mỗi người, đã phán bảo cùng Môi-se mọi sự mà Ngài sẽ làm.

Ta sẽ làm cho Pha-ra-ôn cứng lòng, và thêm nhiều dấu lạ phép kỳ của ta trong xứ Ê-díp-tô. Nhưng Pha-ra-ôn sẽ chẳng nghe các ngươi đâu; ta sẽ tra tay vào đất Ê-díp-tô, dùng những sự đoán phạt nặng nề, đặng rút khỏi xứ đó các quân đội ta, là dân Y-sơ-ra-ên. Khi nào ta tra tay vào xứ Ê-díp-tô mà rút dân Y-sơ-ra-ên ra khỏi giữa vòng người Ê-díp-tô, thì họ sẽ biết ta là Đức Giê-hô-va (Xuất Ê-díp-tô-ký 7:3-5).

Tấm Lòng Chai Lì của Pha-ra-ôn và Mười Tai Vạ

Trong cả tiến trình của cuộc Xuất Hành, chúng ta có thể nhiều lần tìm thấy thành ngữ, *"Đức Giê-hô-va làm cứng lòng Pha-ra-ôn"* (Xuất Ê-díp-tô-ký 7:3).

Theo nghĩa đen, điều nầy dường như Đức Chúa Trời làm cứng lòng Pha-ra-ôn một cách có chủ ý, và người ta có thể nhầm tưởng Đức Chúa Trời như một kẻ độc tài. Song chẳng hề như vậy.

Đức Chúa Trời muốn mọi người đều được cứu rỗi (1 Ti-mô-thê 2:4). Ngài muốn một kẻ dù là có tấm lòng chai cứng nhất nhận biết lẽ thật và được cứu rỗi.

Đức Chúa Trời là Đức Chúa Trời yêu thương; Ngài chẳng hề muốn làm cứng lòng Pha-ra-ôn để tỏ ra sự vinh hiển Ngài. Và lại, qua thực tế Đức Chúa Trời đã nhiều lần sai Môi-se đến với Pha-ra-ôn, chúng ta có thể hiểu rằng Đức Chúa Trời muốn Pha-ra-ôn cũng như mọi người đều thay đổi lòng mình mà vâng phục Ngài.

Đức Chúa Trời làm mọi sự trong trật tự, tình yêu thương, và theo lẽ công bình, theo lời đã chép trong Kinh Thánh.

Nếu làm việc ác và không nghe theo lời của Đức Chúa Trời, kẻ thù là ma quỉ sẽ cáo buộc chúng ta. Ấy là nguyên cớ chúng ta phải đối mặt với gian nan thử thách. Những kẻ làm theo lời Chúa và sống theo lẽ công bình sẽ nhận lãnh ơn phước.

Con người lựa chọn cách hành sự theo ý chí tự do của mình. Đức Chúa Trời không ấn định người nào được nhận lãnh phước hạnh, người nào không. Ví bằng Đức Chúa Trời chẳng phải là Đức Chúa Trời yêu thương và công chính, hẳn Ngài đã giáng đại họa lên xứ Ê-díp-tô ngay từ đầu để buộc Pha-ra-ôn phải đầu phục.

Đức Chúa Trời không muốn 'sự vâng phục miễn cưỡng' đến từ sự sợ hãi. Ngài muốn con người mở lòng mà vâng phục Ngài với ý chí tự do của mình.

Trước hết, Ngài cho chúng ta biết ý muốn của Ngài và tỏ cho

chúng ta biết quyền năng Ngài hầu cho cho chúng ta có thể vâng phục. Nhưng khi chúng ta bất tuân, Ngài bắt đầu với những tai vạ nhỏ để chúng ta có được những nhận thức rõ ràng và khiến chúng ta nhận biết chính mình.

Đức Chúa Trời toàn năng biết rõ tấm lòng của con người; Ngài biết khi nào thì sự gian ác lộ ra và làm thế nào để chúng ta có thể quăng xa những điều ác và làm sao để có thể có giải pháp cho những nan đề của chúng ta.

Ngay cả ngày nay, Ngài dẫn dắt chúng ta đến với con đường tuyệt vời nhất và đưa đến phương pháp tốt nhất để chúng ta tấn tới như những con cái thánh khiết của Đức Chúa Trời.

Từng hồi từng lúc, Ngài cho phép những gian nan thử thách mà chúng ta có thể vượt qua được. Ấy chính là cách để chúng ta nhận biết sự gian ác ở trong mình mà quăng xa nó. Khi linh hồn chúng ta được sung mãn, Ngài cho phép mọi thứ xảy ra tốt đẹp và ban cho chúng ta sự sung mãn về thân thể.

Tuy nhiên, khi những sự gian ác của mình được phơi bày, Pha-ra-ôn vẫn chẳng chịu quăng xa chúng. Người đã cứng lòng và liên tục bất tuân lời Đức Chúa Trời. Vì Đức Chúa Trời biết rõ tấm lòng của Pha-ra-ôn, Ngài đã để cho tấm lòng chai đá nầy phơi bày ra qua những tai vạ. Bởi vậy, Kinh Thánh nói rằng, "Đức Giê-hô-va làm cứng lòng Pha-ra-ôn."

'Tấm lòng chai cứng' có nghĩa chung rằng người có tính nết khó chiều và ương ngạnh. Song tấm lòng chai cứng được ghi lại trong Kinh Thánh để cập đến Pha-ra-ôn không những bất tuân lời Đức Chúa Trời với sự gian ác, mà còn đứng ra chống nghịch lại Ngài.

Như đã nói trước đây, Pha-ra-ôn là kẻ rất tự tôn, thậm chí tự coi mình như một vị thần. Hết thảy thần dân đều tuân theo người, và người chẳng có gì để lo sợ. Ví bằng có tấm lòng thiện lành, hẳn người đã tin nhận Đức Chúa Trời khi nhìn thấy những công việc đầy quyền năng đã được bày tỏ qua Môi-se, cho dù trước đây người chẳng hề biết gì về Đức Chúa Trời.

Ví dụ, Nê-bu-cát-nết-sa xứ Ba-by-lôn, là người đã sống trong thời kỳ 605 đến 562 trước Chúa, người chưa hề biết gì về Đức Chúa Trời, nhưng khi tận mắt chứng kiến quyền năng của Ngài được bày tỏ qua ba bạn của Đa-ni-ên, Sa-đơ-rắc, Mê-sác, và A-bết-nê-gô, người đã nhận biết về Đức Chúa Trời.

"Vua Nê-bu-cát-nết-sa lại cất tiếng nói rằng: Đáng ngợi khen Đức Chúa Trời của Sa-đơ-rắc, Mê-sác, và A-bết-nê-gô! Ngài đã sai thiên sứ Ngài và giải cứu các tôi tớ Ngài nhờ cậy Ngài, họ đã trái mạng vua, và liều bỏ thân thể mình, hầu để không hầu việc và không thờ phượng thần nào khác ngoài Đức Chúa Trời mình. Cho nên ta ban chiếu chỉ nầy: Bất kỳ dân nào, nước nào, thứ tiếng nào, hễ có người nói xấu đến Đức Chúa Trời của Sa-đơ-rắc, Mê-sác, và A-bết-nê-gô, thì sẽ bị phanh thây, nhà nó sẽ phải thành ra đống phân, vì không có thần nào khác có thể giải cứu được như thể nầy" (Đa-ni-ên 3:28-29).

Sa-đơ-rắc, Mê-sác, và A-bết-nê-gô đã sang xứ Dân Ngoại làm phu tù từ khi còn tuổi trẻ. Nhưng vâng theo các điều răn của Đức Chúa Trời họ đã chẳng quỳ gối xuống trước một thần tượng nào. Bị ném vào lò lửa hừng, song họ chẳng hề hấn gì, và thậm chí chẳng một sợ tóc nào trên đầu họ bị cháy sém. Khi Nê-bu-cát-nết-sa chứng kiến điều nầy, người đã nhìn nhận Đức Chúa Trời hằng sống ngay tức thì.

Người không những thừa nhận Đức Chúa Trời toàn năng khi chứng kiến công việc của Ngài vượt quá khả năng của bất kỳ một con người nào; mà người còn tôn vinh Đức Chúa Trời trước hết thảy thần dân mình.

Tuy nhiên, Pha-ra-ôn chẳng chịu nhìn nhận Đức Chúa Trời ngay cả sau khi nhìn xem những công việc đầy quyền năng của Ngài. Lòng người càng thêm chai lì hơn. Chỉ sau khi chịu khốn đốn không những một hay hai tai vạ mà hết thảy mười tai vạ thì người mới để cho dân sự Y-sơ-ra-ên ra đi.

Nhưng vì lòng người đã chai lì và vẫn không chịu thay đổi, hối tiếc việc để cho dân sự Y-sơ-ra-ên ra đi, người đã đem quân truy đuổi theo họ, để rồi cuối cùng người cùng binh lính mình đều phải bỏ mạng nơi Biển Đỏ.

Dân sự Y-sơ-ra-ên Dưới Sự Che Chở của Đức Chúa Trời

Trong khi cả xứ Ê-díp-tô phải chịu nhiều tai vạ và mặc dầu

dân sự Y-sơ-ra-ên cũng ở trên đất ấy, họ chẳng hề phải hứng chịu bất kỳ một tai vạ nào. Ấy là vì Đức Chúa Trời đã tiên liệu một sự che chở đặc biệt trên đất Gô-sen là nơi mà dân sự Y-sơ-ra-ên đang sinh sống.

Nếu Đức Chúa Trời che chở, chúng ta sẽ được bình an thậm chí ngay trong những thiên tai hoạn nạn kinh hoàng. Dẫu cho bị lâm bệnh hay đối mặt với khó khăn, nhờ quyền năng Đức Chúa Trời chúng ta có thể được chữa lành và vượt qua.

Chẳng phải nhờ có đức tin và được xưng công bình mà dân sự được che chở. Thật ra họ được che chở vì họ là tuyển dân của Đức Chúa Trời. Không như người người Ê-díp-tô, họ tìm kiếm Đức Chúa Trời trong cơn nguy khốn mình, và vì cớ nhận biết Đức Chúa Trời, họ đã được ở dưới sự che chở của Ngài.

Đồng thể ấy, nếu chúng ta vẫn còn có một số điều gian ác trong mình, chỉ nhờ sự thật rằng chúng ta đã trở nên con cái của Đức Chúa Trời, chúng ta có thể được che chở khỏi những hoạn nạn đến trên những kẻ chẳng tin.

Ấy là vì chúng ta đã được tha tội bởi huyết của Cứu Chúa Giê-xu, và đã trở nên con cái Đức Chúa Trời; nhờ đó chúng ta không còn là con cái của ma quỉ nữa để phải chịu những hoạn nạn và thử thách.

Hơn nữa, khi đức tin lớn lên, chúng ta giữ Ngày Chúa làm nên Ngày Thánh, quăng xa tội lỗi, và làm theo lời Chúa, để rồi chúng ta có thể nhận lãnh tình yêu thương và ơn phước từ nơi Đức Chúa Trời.

Vậy, hỡi Y-sơ-ra-ên, bây giờ Giê-hô-va Đức Chúa Trời ngươi đòi ngươi điều chi? Há chẳng phải đòi ngươi kính sợ Giê-hô-va, Đức Chúa Trời ngươi, đi theo đường lối Ngài, hết lòng hết ý kính mến và phục sự Giê-hô-va, Đức Chúa Trời ngươi, giữ các điều răn và luật lệ của Đức Giê-hô-va, mà ta đã truyền cho ngươi ngày nay để ngươi được phước? (Phục Truyền Luật Lệ Ký 10:12-13).

Chương 2

Đời Sống Bất Tuân và Những Tai Vạ

Xuất Ê-díp-tô-ký 7:8-13

Đức Giê-hô-va phán cùng Môi-se và A-rôn rằng: Khi nào Pha-ra-ôn truyền cho các ngươi: Hãy làm phép lạ đi, thì ngươi sẽ nói cùng A-rôn rằng: Hãy lấy cây gậy của anh, liệng trước mặt Pha-ra-ôn, gậy sẽ hóa thành một con rắn. Vậy, Môi-se và A-rôn đến cùng Pha-ra-ôn và làm như lời Đức Giê-hô-va phán dặn. A-rôn liệng cây gậy mình trước mặt Pha-ra-ôn và quần thần, gậy liền hóa thành một con rắn. Còn Pha-ra-ôn bèn đòi các bác sĩ và thầy phù chú, là những thuật sĩ Ê-díp-tô; phần họ cũng cậy phép phù chú mình mà làm giống y như vậy. Mỗi người liệng gậy mình, liền hóa thành rắn; nhưng gậy của A-rôn nuốt các gậy của họ. Thế mà lòng Pha-ra-ôn vẫn cứng cỏi, chẳng nghe Môi-se và A-rôn, y như lời Đức Giê-hô-va đã phán.

Karl Marx chối bỏ Đức Chúa Trời. Ông đã lập nên Chủ Nghĩa Cộng Sản dựa trên chủ nghĩa vật chất. Học thuyết của ông đã khiến không ít người lìa bỏ Đức Chúa Trời. Có điều dường như cả thế giới sẽ sớm chọn lấy chủ nghĩa cộng sản. Nhưng nó đã sụp đổ chỉ trong vòng 100 năm.

Vừa lúc chủ nghĩa cộng sản sụp đổ, Karl Marx đã khốn đốn với nhiều thứ trong đời tư mình như tình trạng tâm thần bất an và sự chết yểu của các con cái ông.

Friedrich W. Nietzsche, kẻ đã nói rằng Đức Chúa Trời đã chết, đã có ảnh hưởng đến rất nhiều người và khiến họ đứng ra chống nghịch Đức Chúa Trời. Nhưng chẳng bao lâu sau ông đã hóa khùng vì sợ hãi và kết cuộc đã phải đối mặt với bi kịch.

Chúng ta có thể thấy rằng những kẻ chống nghịch Đức Chúa Trời và bất tuân Ngài, thảy đều phải khốn đốn với những khó khăn, những tai vạ và họ phải sống trong nỗi khốn khổ vô cùng.

Sự Khác Nhau Giữa Những Tai Vạ, Gian Nan, Thử Thách, và Hoạn Nạn

Cho dù có phải là những kẻ tin hay không, hết thảy mọi người đều có thể đối diện với một số nan đề trong cuộc sống mình. Ấy là vì cuộc sống của chúng ta nằm trong sự tiên liệu của Đức Chúa Trời dành cho công cuộc giáo hóa nhân loại đã được hoạch định sẵn nhằm có được những con cái đích thực.

Đức Chúa Trời chỉ ban cho chúng ta những điều phước hạnh. Nhưng từ khi tội lỗi thâm nhập vào loài người vì cớ sự phạm tội của A-đam, thế gian nầy đã phải chịu dưới quyền của kẻ thù là ma quỉ và Sa-tan. Từ đó, loài người đã bắt đầu khốn đốn với đủ thứ khó khăn và đau khổ.

Vì những tư tưởng hận thù, giận dữ, tham lam, kiêu ngạo, và ngoại tình đã đưa con người đến con đường phạm tội. Tùy theo mức độ nghiêm trọng của tội lỗi đã phạm, mà người ta phải khốn khổ với đủ thứ gian nan và thử thách là những thứ do kẻ thù ma quỉ và Sa-tan mang đến.

Khi đối mặt với những hoàn cảnh khó khăn, người ta cho rằng ấy là tai vạ. Và lại, khi những kẻ tin đối diện với khó khăn, người ta thường dùng những thuật ngữ như 'thử thách,' 'hoạn nạn,' hay 'gian nan.'

Kinh Thánh cũng nói rằng, *"Nào những thế thôi, nhưng chúng ta cũng khoe mình trong hoạn nạn nữa, vì biết rằng hoạn nạn sanh sự nhịn nhục, sự nhịn nhục sanh sự rèn tập, sự rèn tập sanh sự trông cậy"* (Rô-ma 5:3-4).

Tùy theo việc người ta có sống bởi lẽ thật hay không, và tùy theo lượng đức tin mà mỗi người có những sự ấy có thể được gọi là thiên tai hay tai vạ, thử thách hay hoạn nạn.

Chẳng hạn, khi một người có đức tin song chẳng hề làm theo những gì mình đã nghe, Đức Chúa Trời không thể che chở cho người khỏi sự khốn đốn với khó khăn. Điều nầy có thể được gọi là 'hoạn nạn.' Hơn thế nữa, nếu người ta chối bỏ đức tin mình và hành sự trong gian dối, kẻ ấy sẽ khốn đốn với những tai vạ hay thiên tai.

Ngoài ra, ví thử có người nghe đạo và cố gắng làm theo,

nhưng bấy giờ người chẳng hoàn toàn sống theo lẽ đạo. Kế đến, ắt hẳn người phải trải qua tiến trình tranh chiến chống lại bản tính tội lỗi mình. Khi một người gặp phải mọi thứ khó khăn để anh ta tranh chiến chống lại tội lỗi mình cho đến mức đổ huyết, Kinh Thánh nói rằng người ấy chịu khổ với gian nan hay chịu sửa trị. Ấy là, những thứ khó khăn mà người ấy gặp được gọi là 'gian nan thử thách.'

Vả lại, một cuộc 'thử thách' là dịp để tra xét cho biết đức tin của người đó đã lớn lên được bao nhiêu. Do đó, những ai cố gắng sống bởi lời Chúa, sẽ có những gian nan và thử thách xảy ra. Nếu một người lìa khỏi lẽ thật và chọc giận Đức Chúa Trời, kẻ ấy sẽ khốn đốn với 'hoạn nạn' hay 'tai vạ.'

Căn Nguyên của Tai Vạ

Khi một người cố ý phạm tội, Đức Chúa Trời phải xây mặt khỏi hắn. Kế đến, kẻ thù ma quỉ và Sa-tan có thể mang tai vạ đến trên người ấy. Tai vạ đến tùy theo mức độ mà anh ta đã bất tuân lời Chúa.

Nếu anh ta không chịu quay trở lại mà cứ miệt mài trong tội lỗi ngay cả sau khi khốn đốn với nhiều tai vạ, anh ta sẽ phải đau đớn với những tai vạ kinh khiếp hơn giống như trường hợp Mười Tai Vạ ở Ê-díp-tô. Dẫu vậy, nếu chúng ta ăn năn và quay trở lại, tai vạ sẽ sớm lìa khỏi bởi lòng thương xót của Đức Chúa Trời.

Người ta khốn khổ vì những tai vạ vì cớ sự gian ác mình, song chúng ta có thể nhận thấy hai nhóm người trong số những kẻ chịu khốn khổ.

Một nhóm đến với Đức Chúa Trời và cố gắng ăn năn để xoay bỏ tội lỗi qua sự trải nghiệm những tai vạ. Mặt khác, nhóm kia cứ vẫn phàn nàn trước mặt Đức Chúa Trời mà rằng, "Tôi đã chăm chỉ đến nhà thờ, cầu nguyện và dâng hiến, hà cớ gì mà tôi phải khốn khổ với tai vạ như thế nầy?"

Những kết cuộc hoàn toàn khác nhau so với mỗi nhóm. Trong trường hợp trước, tai vạ sẽ được cất khỏi và sự thương xót của Đức Chúa Trời sẽ đến trên họ. Nhưng trong trường hợp sau, người ta thậm chí chẳng nhận biết vấn đề, nên những tai vạ kinh khiếp hơn sẽ đến trên họ.

Khi sự gian ác trong lòng con người đến một mức độ nhất định nào đó, khiến anh ta khó bề nhận biết tội lỗi của mình mà quay lại. Con người như vậy tấm lòng của anh ta chai cứng đến mức chẳng chịu mở lòng ngay cả sau khi nghe phúc âm. Cho dù anh ta đến với đức tin, anh ta cũng chẳng thể hiểu lời Đức Chúa Trời; anh ta chỉ đến nhà thờ nhưng chẳng thay đổi chính mình.

Thế thì, nếu có gặp phải một tai vạ nào đó, anh chị em nên nhận biết rằng có điều gì đó sai trật trước mặt Đức Chúa Trời, để rồi kịp thời xoay bỏ và thoát khỏi tai vạ.

Những dịp may được Đức Chúa Trời Ban Cho

Pha-ra-ôn chối bỏ lời Đức Chúa Trời được truyền đến cho

người qua Môi-se. Người chẳng chịu xoay bỏ khi hứng chịu những tai vạ nhỏ, nên người đã phải khốn đốn với những tai vạ lớn hơn. Khi người cứ tiếp tục làm việc ác, bất tuân Đức Chúa Trời, cả xứ người đã suy sụp đến mức không thể phục hồi được. Cuối cùng người đã bỏ mạng cách bi thảm. Người thật ngu xuẩn biết dường nào!

Kế sau, Môi-se và A-rôn đến tâu cùng Pha-ra-ôn rằng: "Giê-hô-va Đức Chúa Trời của Y-sơ-ra-ên có phán như vầy: Hãy cho dân ta đi, đặng nó giữ một lễ cho ta tại đồng vắng" (Xuất Ê-díp-tô-ký 5:1).

Khi Môi-se thỉnh cầu Pha-ra-ôn phóng thích dân sự Y-sơ-ra-ên theo lời Đức Chúa Trời, Pha-ra-ôn khước từ ngay.

Nhưng Pha-ra-ôn đáp rằng: "Giê-hô-va là ai mà trẫm phải vâng lời người, để cho dân Y-sơ-ra-ên đi? Trẫm chẳng biết Giê-hô-va nào hết; cũng chẳng cho dân Y-sơ-ra-ên đi nữa" (Xuất Ê-díp-tô-ký 5:2).

Môi-se và A-rôn tâu rằng: Đức Chúa Trời của dân Hê-bơ-rơ đã đến cùng chúng tôi; xin hãy cho phép chúng tôi đi vào nơi đồng vắng, cách chừng ba ngày đường, đặng dâng tế lễ cho Giê-hô-va Đức Chúa Trời chúng tôi, kẻo Ngài khiến bịnh dịch hay việc gươm dao hành chúng tôi chăng (Xuất Ê-díp-tô-ký 5:3).

Khi Pha-ra-ôn nghe lời tâu từ Môi-se và A-rôn, người đã vô cớ ngược đãi dân Y-sơ-ra-ên về tội lười biếng và nghĩ đến điều không phải việc của mình. Người ngược đãi họ với một mức độ lao động dữ dội ác nghiệt hơn. Trước đây người Y-sơ-ra-ên được cung cấp rạ để làm gạch, nhưng bấy giờ họ phải làm ra cùng một số lượng gạch mà chẳng được cung cấp rạ. Thật chẳng dễ đối với người Y-sơ-ra-ên để họ làm đủ số gạch phải làm ngay cả khi được cung cấp rạ, nhưng bấy giờ Pha-ra-ôn đã ngưng cung cấp rạ cho họ. Chúng ta có thể thấy lòng của Pha-ra-ôn đã cứng cỏi biết dường nào.

Khi công việc lao động khó nhọc của họ trở nên nặng nề hơn; người Y-sơ-ra-ên bắt đầu phàn nàn chống lại Môi-se. Nhưng Đức Chúa Trời lại sai Môi-se đến với Pha-ra-ôn nữa để tỏ những dấu lạ. Đức Chúa Trời đã cho Pha-ra-ôn, kẻ bất tuân lời Ngài, một cơ hội để ăn năn bằng cách tỏ cho người thấy quyền năng của Đức Chúa Trời.

> *Vậy, Môi-se và A-rôn đến cùng Pha-ra-ôn và làm như lời Đức Giê-hô-va đã phán dặn. A-rôn liệng cây gậy mình trước mặt Pha-ra-ôn và quần thần, gậy liền hóa thành một con rắn* (Xuất Ê-díp-tô-ký 7:10).

Qua Môi-se, Đức Chúa Trời biến chiếc gậy thành một con rắn, để làm chứng về Đức Chúa Trời hằng sống với Pha-ra-ôn kẻ chưa từng biết về Đức Chúa Trời.

Về ý nghĩa thuộc linh, 'con rắn' nói đến Sa-tan, và tại sao Đức Chúa Trời đã làm ra một con rắn từ chiếc gậy?

Đất mà Môi-se đang đứng cũng như chiếc gậy đều thuộc về thế gian nầy. Thế gian nầy thuộc về kẻ thù ma quỉ và Sa-tan. Để tượng trưng cho sự thật nầy, Đức Chúa Trời đã làm ra một con rắn. Điều nầy cho chúng ta biết rằng những kẻ bất chính trước mặt Đức Chúa Trời luôn nhận lấy công việc của Sa-tan.

Pha-ra-ôn đứng ra chống nghịch lại Đức Chúa Trời, nên Ngài không thể ban phước cho người. Ấy là tại sao Đức Chúa Trời đã làm xuất hiện một con rắn, nó là hiện thân của Sa-tan. Ấy là để báo trước rằng sẽ có những công việc của Sa-tan. Những tai vạ tiếp theo như tai vạ về huyết, ếch nhái, và muỗi hết thảy đều là công việc của Sa-tan.

Bởi vậy, một cây gậy hóa ra con rắn là một cấp độ mà những sự việc nhỏ sẽ xảy ra hầu cho người nhạy bén có thể nhận biết được. Chúng thậm chí có thể được xem là những sự ngẫu nhiên. Ấy là một giai đoạn chẳng có sự thiệt hại thật sự nào. Nó là một dịp được Đức Chúa Trời ban cho để người ta ăn năn.

Pha-ra-ôn Cho Triệu Tập Các Thuật Sĩ Ê-díp-tô

Khi nhìn thấy cây gậy của A-rôn hóa thành con rắn, Pha-ra-ôn bèn đòi các bác sĩ và thầy phù chú, là những thuật sĩ Ê-díp-tô. Họ là những thuật sĩ trong cung điện và thường làm nhiều trò ma thuật cho vua tiêu khiển. Qua những trò ma thuật, họ đã bước lên địa vị quyền lực cao. Vả lại, vì có điều ấy là sự thừa kế từ tổ phụ mình, nên họ vốn sinh ra đã sẵn có tính khí đó.

Ngay cả ngày nay, cũng có một số thuật sĩ đi xuyên qua Vạn Lý Trường Thành ở Trung Quốc trước mặt nhiều người, hay khiến Tượng Thần Tự Do biến mất. Cũng có một số người đã tự rèn tập môn yo-ga lâu ngày và họ có thể ngủ trên một cành cây nhỏ, hoặc ở trong một chiếc thùng trong nhiều ngày.

Một số trong những công việc ma thuật nầy chỉ là những trò lừa dối thị giác. Tuy nhiên, họ đã tự rèn luyện để có thể làm được những sự kỳ lạ. Vậy thì huống chi là các thầy phù chú đầy ma thuật là thế nào khi họ đã biểu diễn trước mặt vua hàng nhiều thế hệ! Đặc biệt, trong trường hợp của họ, họ có thể tự vươn mình lên để cấu hiệp với những ác linh.

Có một số thuật sĩ ở Hàn Quốc có sự cấu hiệp với ma quỉ, họ có thể nhảy múa trên những lưỡi dao sắc bén của máy xén cỏ mà chẳng hề hấn gì. Các thuật sĩ của Pha-ra-ôn cũng có cấu hiệp với những ác linh và biểu diễn rất nhiều điều đáng kinh ngạc.

Các thuật sĩ Ê-díp-tô đã tự rèn tập rất lâu, và qua mánh khóe lừa bịp, họ đã ném một cây gậy và khiến nó hóa thành con rắn.

Những Kẻ Không Nhận Biết Đức Chúa Trời

Khi Môi-se liệng gậy mình và khiến hóa ra con rắn, trong giây lát Pha-ra-ôn nghĩ rằng có Đức Chúa Trời và Đức Chúa Trời của Y-sơ-ra-ên là Đức Chúa Trời chân thật. Nhưng khi nhìn thấy những thuật sĩ cũng làm ra một con rắn, người chẳng tin Đức Chúa Trời.

Những con rắn được làm ra bởi các thuật sĩ đã bị con rắn từ

cây gậy của A-rôn nuốt mất, nhưng người cho rằng ấy là sự ngẫu nhiên.

Trong lãnh vực đức tin, chẳng có sự ngẫu nhiên. Nhưng trong trường hợp của những người mới tin nhận Chúa, có thể có rất nhiều công việc của Sa-tan nhằm quấy phá việc tin Chúa của họ. Do vậy, nhiều người nghĩ về chúng như một số sự việc trùng hợp ngẫu nhiên nào đó.

Hơn nữa, có một số tín hữu mới tin nhận Chúa tiếp nhận những cách giải quyết cho những nan đề của mình với sự vùa giúp của Đức Chúa Trời. Lúc đầu, họ nhận biết được quyền năng của Đức Chúa Trời, nhưng sau một thời gian, họ lại nghĩ rằng ấy chỉ là sự trùng hợp ngẫu nhiên.

Cũng giống như Pha-ra-ôn đã từng chứng kiến công việc của Đức Chúa Trời, cây gậy hóa thành con rắn, nhưng không nhận biết Đức Chúa Trời, có những người không thừa nhận Đức Chúa Trời hằng sống mà chỉ xem mọi sự là sự trùng hợp ngẫu nhiên sau khi chứng kiến những công việc của Ngài.

Một số người chỉ một lần trải qua kinh nghiệm về công việc của Đức Chúa Trời đã đem lòng tin Chúa cách trọn vẹn. Một số người khác lúc đầu nhận biết Đức Chúa Trời, nhưng về sau họ nghĩ rằng những nan đề ấy được giải quyết bằng chính khả năng, kiến thức, kinh nghiệm của họ, hay qua sự giúp đỡ của những người xóm giềng, và xem công việc của Đức Chúa Trời là sự ngẫu nhiên.

Do vậy, Đức Chúa Trời không thể làm gì ngoài việc ngoảnh mặt khỏi họ. Bởi đó, nan đề đã từng được giải quyết có thể quay trở lại.

Trong trường hợp một căn bệnh đã được chữa lành, bệnh ấy có thể tái phát, hay thậm chí nó có thể trở nên nghiêm trọng hơn. Trong trường hợp khó khăn trong công việc làm ăn, có thể dấy lên nhiều khó khăn lớn hơn trước đó.

Khi chúng ta xem sự nhậm lời của Chúa chỉ là sự ngẫu nhiên, điều nầy sẽ dẫn chúng ta đi ngày càng xa Chúa hơn. Bấy giờ, nan đề cũ có thể quay trở lại hay chúng ta có thể thậm chí sa vào những tình thế khó khăn hơn.

Cũng giống như vậy, vì cớ Pha-ra-ôn xem công việc của Đức Chúa Trời là sự ngẫu nhiên, bấy giờ người đã bắt đầu khốn khổ với những tai vạ thật sự.

Thế mà lòng Pha-ra-ôn vẫn cứng cỏi, chẳng nghe Môi-se và A-rôn, y như lời Đức Giê-hô-va đã phán (Xuất Ê-díp-tô-ký 7:13).

CHƯƠNG 3

Tai Vạ về Huyết, Ếch Nhái, và Muỗi

Xuất Ê-díp-tô-ký 7:20-8:19

Vậy, Môi-se và A-rôn bèn làm y như lời Đức Giê-hô-va đã phán dặn mình. Trước mặt Pha-ra-ôn và quần thần, A-rôn giơ gậy lên, đập nước sông, hết thảy nước sông bèn hóa thành huyết (7:20).

Vậy, Đức Giê-hô-va phán cùng Môi-se rằng: Hãy truyền cho A-rôn rằng: Hãy cầm gậy giơ tay ra trên rạch, trên sông, và trên bàu, khiến ếch nhái tràn lên xứ Ê-díp-tô. A-rôn giơ tay mình trên các sông rạch xứ Ê-díp-tô, ếch nhái bò lên lan khắp xứ (8:5-6).

Đức Giê-hô-va phán cùng Môi-se rằng: Hãy truyền cho A-rôn rằng: Hãy giơ gậy anh ra, đập bụi trên đất, bụi liền hóa thành muỗi, bu người và súc vật; hết thảy bụi đều hóa thành muỗi trong xứ Ê-díp-tô (8:16-17).

Các thuật sĩ bèn tâu cùng Pha-ra-ôn rằng: Ấy là ngón tay của Đức Chúa Trời; nhưng Pha-ra-ôn cứng lòng, chẳng nghe Môi-se và A-rôn chút nào, y như lời Đức Giê-hô-va đã phán (8:19).

Đức Chúa Trời đã bảo cho Môi-se biết rằng lòng của Pha-ra-ôn sẽ trở nên chai lì, nên người sẽ khước từ việc để cho dân Y-sơ-ra-ên ra đi ngay cả sau khi nhìn thấy cây gậy hóa thành con rắn. Kế đến, Đức Chúa Trời bảo cho Môi-se biết cụ thể những việc phải làm.

Sớm mai Pha-ra-ôn sẽ ngự ra bờ sông, ngươi hãy ra mắt người và cầm theo tay cây gậy đã biến ra con rắn đó (Xuất Ê-díp-tô-ký 7:15).

Môi-se ra mắt Pha-ra-ôn khi người đang dạo bước trên bờ Sông Nin. Môi-se cầm theo tay cây gậy đã biến ra con rắn và truyền lại lời Đức Chúa Trời đã phán.

Ngươi hãy tâu rằng: "Giê-hô-va là Đức Chúa Trời dân Hê-bơ-rơ, sai tôi đến gần bệ hạ, đặng tâu rằng: Hãy tha cho dân ta đi, để chúng nó hầu việc ta trong đồng vắng; mà đến bây giờ ngươi không nghe ta chút nào, Đức Giê-hô-va có phán như vầy: Vì việc nầy, ngươi sẽ biết ta là Đức Giê-hô-va: Nầy ta lấy gậy trong tay ta mà đập nước ở dưới sông, nước sẽ trở nên huyết. Cá dưới sông sẽ chết, và sông sẽ hôi thối đi; người Ê-díp-tô uống nước sông lấy làm ghê gớm" (Xuất Ê-díp-tô-ký 7:16-18).

Tai Vạ về Huyết

Nước là thứ gần gũi nhất đối với chúng ta và có liên quan trực tiếp với sự sống. Bảy mươi phần trăm cơ thể của con người là nước; nó là yếu tố rất cần thiết cho tất cả sự sống.

Ngày nay, trên bình diện của sự gia tăng dân số toàn cầu và nền kinh tế phát triển, nhiều quốc gia đang khốn đốn với tình trạng thiếu nước. Liên Hiệp quốc đã ban hành 'Ngày Nước Toàn Cầu' để nhắc nhở con người trên toàn cầu về tầm quan trọng của nước. Điều này nhằm khuyến khích người ta sử dụng một cách có hiệu quả cao nguồn nước có hạn.

Ở Trung Quốc ngày xưa, người ta có bộ trưởng điều phối nước. Chúng ta có thể thấy nước quanh chúng ta khắp mọi nơi, nhưng đôi khi chúng ta không nhận thấy tầm quan trọng to lớn của nước liên quan đến đời sống mình.

Thật là một nan đề lớn biết dường nào nếu hết thảy nước trong xứ đều hóa thành huyết! Pha-ra-ôn và người Ê-díp-tô đã chạm trán với một sự việc kinh ngạc. Dòng Sông Nin hóa thành huyết.

Nhưng Pha-ra-ôn đã cứng lòng và chẳng chịu nghe theo lời Đức Chúa Trời, vì cớ người cũng thấy các thuật sĩ mình hóa nước thành huyết.

Môi-se đã tỏ cho người biết về Đức Chúa Trời hằng sống, song Pha-ra-ôn chỉ xem ấy là sự ngẫu nhiên và chối bỏ sự đó. Do vậy, đến một mức độ gian ác mà người chất chứa trong lòng, tai vạ đã ập đến trên người.

Môi-se và A-rôn chỉ làm theo những gì Đức Chúa Trời phán dặn. Trước mặt Pha-ra-ôn và quần thần người, Môi-se đã giơ gậy lên và đập xuống nước đến nỗi hết thảy nước sông đều hóa thành huyết.

Bấy giờ, người Ê-díp-tô đã phải đào chung quanh Sông Nin để tìm nước uống. Ấy là tai vạ thứ nhất.

Ý Nghĩa Thuộc Linh của Tai Vạ về Huyết

Vậy, ý nghĩa thuộc linh hàm chứa trong tai vạ về huyết là gì?

Phần lớn Ê-díp-tô là sa mạc và đồng vắng. Vì thế, Pha-ra-ôn và quần thần người đã phải khốn đốn vô cùng vì nước uống của họ đã hóa thành huyết.

Không những nước uống và nước sinh hoạt hàng ngày trở nên tồi tệ, mà còn cả cá trong đó cũng đã chết, và có mùi hôi thối. Khiến nỗi lo lắng tăng thêm bội phần.

Trong ý nghĩa nầy, về mặt thuộc linh, tai vạ huyết nói đến nỗi khốn khổ gây ra bởi những thứ có liên quan trực tiếp đến cuộc sống hàng ngày của chúng ta. Chúng là những thứ dễ gây bực tức và đau đớn, đến từ những người thân cận nhất chung quanh chúng ta, như những người trong gia đình, bạn bè, và đồng nghiệp.

Liên quan đến đời sống Cơ Đốc Nhân của chúng ta, tai vạ nầy có thể là điều gì đó giống như sự bắt bớ hay thử thách đến từ những người bạn thân thiết nhất, cha mẹ, người thân, hay xóm giềng. Đương nhiên những ai có lượng đức tin lớn sẽ vượt qua những sự ấy dễ dàng hơn, nhưng những kẻ ít đức tin sẽ đau đớn nhiều vì những bắt bớ và thử thách.

Những Thử Thách Đến Trên Những Kẻ Cưu Mang Sự Ác

Có hai phạm trù khi chúng ta đối diện với thử thách.

Thứ nhất, thử thách đến khi chúng ta không sống theo lời Chúa. Lúc nầy nếu chúng ta kịp thời ăn năn và xoay bỏ, Đức Chúa Trời sẽ cất thử thách ấy khỏi chúng ta.

Gia-cơ 1:13-14 nói rằng, *"Chớ có ai đương bị cám dỗ mà nói rằng: Ấy là Đức Chúa Trời cám dỗ tôi; vì Đức Chúa Trời chẳng bị sự ác nào cám dỗ được, và chính Ngài cũng không cam dỗ ai. Nhưng mỗi người bị cám dỗ khi mắc tư dục xui giục mình."*

Lý do chúng ta phải đối diện với khó khăn là vì chúng ta bị chính những tư dục mình lôi kéo và chẳng sống theo lời Đức Chúa Trời, từ đó kẻ thù ma quỉ mang thử thách đến trên chúng ta.

Thứ hai, đôi khi chúng ta cố gắng trung tín trong đời sống Cơ Đốc Nhân mình, nhưng cứ vẫn phải đối diện với một vài thử thách. Đây là công việc quấy phá của Sa-tan nhằm làm cho chúng ta từ bỏ đức tin.

Nếu thỏa hiệp trong trường hợp nầy, những khó khăn sẽ đến

trên chúng ta ngày càng nghiêm trọng hơn, và chúng ta sẽ không thể nhận được ơn phước. Một số người đánh mất chút đức tin mà mình đã có và rồi quay lại với thế gian.

Dẫu sao chăng nữa, cả hai trường hợp đều do chúng ta cưu mang sự ác trong mình mà gây ra. Bởi vậy, chúng ta phải siêng năng tìm ra mọi thứ gian ác trong mình và xoay khỏi chúng. Chúng ta phải cầu nguyện bởi đức tin và dâng lời tạ ơn. Bấy giờ, chúng ta có thể vượt qua những gian nan thử thách.

Giống như rắn của Môi-se nuốt những con rắn của các thuật sĩ, thế giới của Sa-tan cũng nằm dưới quyền kiểm soát của Đức Chúa Trời. Khi Đức Chúa Trời kêu gọi Môi-se lần đầu, Ngài đã tỏ cho Môi-se một dấu biến cây gậy hóa ra con rắn và biến con rắn trở lại cây gậy (Xuất Ê-díp-tô-ký 4:4). Điều nầy tượng trưng cho thực tế rằng ví như có thử thách đến trên chúng ta qua công việc của Sa-tan, nếu chúng ta bày tỏ đức tin mình bằng cách hoàn toàn nương cậy Đức Chúa Trời, Ngài sẽ phục hồi mọi thứ trở lại bình thường.

Bằng không phải vậy, nếu thỏa hiệp, ấy chẳng phải đức tin, và chúng ta không thể kinh nghiệm được công việc của Đức Chúa Trời. Nếu đối diện với thử thách, chúng ta nên hoàn toàn tin cậy vào Đức Chúa Trời thì Ngài sẽ bởi quyền năng mình mà cất thử thách khỏi chúng ta.

Mọi sự đều nằm dưới quyền tể trị của Đức Chúa Trời. Vì thế, cho dù là thử thách nhỏ hay lớn, trong bất kỳ thử thách nào, nếu hoàn toàn tin cậy Đức Chúa Trời và làm theo lời Ngài, thì thử thách sẽ chẳng thành vấn đề đối với chúng ta. Chính Đức

Chúa Trời sẽ giải quyết nan đề và dẫn dắt chúng ta đến thịnh vượng mọi bề.

Nhưng có điều quan trọng rằng, nếu ấy là một tai vạ nhỏ, chúng ta có thể phục hồi dễ dàng, nhưng trong trường hợp là một tai vạ lớn, thì thật khó để có thể phục hồi hoàn toàn. Thế thì, chúng ta phải luôn luôn tự xét lấy mình bằng lời của lẽ thật, quăng xa mọi điều ác, và sống theo lời của Đức Chúa Trời, để chúng ta sẽ không phải đối diện với bất kỳ tai vạ nào.

Những Thử Thách Dành Cho Những Con Người Tin Kính Vì Mục Đích Phước Hạnh

Đôi khi có những trường hợp ngoại lệ. Ngay cả những người có đức tin lớn cũng chạm trán với thử thách. Sứ đồ Phao-lô, Áp-ra-ham, Đa-ni-ên cùng ba bạn người, và Giê-rê-mi hết thay đều đã khốn đốn qua thử thách. Ngay cả Chúa Giê-xu đã phải chịu ma quỉ thử thách đến ba lần.

Tương tự như vậy, những thử thách đến trên những con người tin kính ấy là vì mục đích phước hạnh. Nếu họ vui mừng, dâng lời tạ ơn và hoàn toàn nương cậy Đức Chúa Trời, những thử thách ấy sẽ hóa ra phước hạnh và chúng có thể dâng vinh hiển lên Đức Chúa Trời.

Vì thế, điều nầy là có thể đối với những ai có đức tin để đối diện với thử thách vì họ sẽ có thể nhận lãnh phước hạnh qua việc thắng hơn chúng. Dẫu vậy, họ sẽ chẳng bao giờ phải đối diện với tai vạ. Tai vạ chỉ đến trên những những kẻ phạm lỗi lầm và sai trật trước mặt Đức Chúa Trời.

Ví dụ, sứ đồ Phao-lô đã bị bắt bớ rất nhiều vì Chúa, nhưng qua sự bắt bớ ấy người đã nhận lãnh năng quyền lớn lao hơn và đóng vai trò quan trọng trong công cuộc truyền bá phúc âm tại Đế Chế La-mã với tư ách là sứ đồ của dân Ngoại.

Đa-ni-ên chẳng thỏa hiệp với những mưu chước của những kẻ ác là những kẻ ganh ghét với người. Đa-ni-ên không thôi cầu nguyện và bước đi cách chính trực. Cuối cùng người đã bị ném vào hang sư tử, song người chẳng bị hại gì. Người đã dâng vinh hiển lên Đức Chúa Trời cách lớn lao.

Giê-rê-mi đã than khóc và cảnh tỉnh người ta với cả nước mắt mình khi thấy dân mình phạm tội trước mặt Đức Chúa Trời. Vì điều nầy mà người đã bị đánh đập và bỏ tù. Nhưng cho dù ngay cả khi Giê-ru-sa-lem đã bị Nê-bu-cát-nết-sa của Ba-by-lôn xâm chiếm, nhiều người bị giết và bắt làm phu tù, song Giê-rê-mi đã được cứu và được vua ấy đối xử tử tế.

Bởi đức tin, Áp-ra-ham đã vượt qua thử thách hiến tế con trai mình là Y-sác, nhờ đó người có thể được gọi là bạn của Đức Chúa Trời. Người đã nhận lãnh những ơn phước lớn lao về thuộc linh cũng như thuộc thể đến mức ngay cả vua của xứ cũng tiếp đón người cách trọng thị.

Như đã nói trên, trong hầu hết các trường hợp, thử thách đến trên chúng ta vì những sự ác chúng ta cưu mang, nhưng cũng có những trường hợp ngoại lệ khi những người tin kính chịu thử thách trong đức tin mình. Song kết quả của sự nầy là phước hạnh.

Tai Vạ Ếch Nhái

Thậm chí sau bảy ngày kể từ khi Sông Nin hóa thành huyết, Pha-ra-ôn đã cứng lòng. Vì chính những thuật sĩ của mình cũng khiến nước thành huyết, người khước từ việc để cho người Y-sơ-ra-ên ra đi.

Với tư cách là vua của một nước, Pha-ra-ôn phải quan tâm đến nỗi lo lắng của dân tộc mình là những người đang phải khốn đốn với nạn thiếu nước, nhưng người đã thật sự chẳng để tâm đến việc đó, vì cớ người đã cứng lòng.

Vì tấm lòng chai đá của Pha-ra-ôn, tai vạ thứ hai lại giáng lên xứ Ê-díp-tô.

Sông sẽ sanh đông đúc ếch nhái, bò lên vào cung điện, phòng ngủ và trên giường ngươi, vào nhà đầy tớ và dân sự ngươi, trong lò bếp, cùng nơi nhồi bột làm bánh của ngươi. Ếch nhái sẽ bò lên mình ngươi, lên mình dân sự và đầy tớ ngươi (Xuất Ê-díp-tô-ký 8:3-4).

Như Đức Chúa Trời đã phán cùng Môi-se, khi A-rôn giơ gậy mình trên sông Ê-díp-tô, vô số kể ếch nhái bắt đầu phủ kín xứ nầy. Kế đến, các thuật sĩ cũng làm y như vậy với những mẹo huyền bí của mình.

Trừ ra Antartica, trên toàn cầu có hơn 400 chủng loại ếch nhái khác nhau. Kích cỡ chúng từ khoảng 2,5 đến 30 cm.

Có một số người ăn thịt ếch nhái, nhưng thường thì người ta hoảng sợ hay cảm thấy gớm ghiếc khi nhìn thấy chúng. Ếch nhái có mắt lồi và không có đuôi. Chân sau chúng có màng và da luôn ẩm ướt. Tất cả những điều nầy tạo nên những cảm giác khó chịu.

Không chỉ một vài con mà hằng hà sa số ếch nhái phủ kín đất cả xứ nầy. Chúng ngồi trên bàn ăn và nhảy khắp các phòng ngủ và trên giường. Khiến dân chúng thậm chí không thể nghĩ đến việc ăn ngon ngủ yên.

Ý Nghĩa Thuộc Linh Của Tai Vạ Ếch Nhái

Vậy, ý nghĩa thuộc linh hàm chứa trong tai vạ ếch nhái là gì?

Trong Khải Huyền 16:13 có bày tỏ rằng, *"ba tà linh ô uế giống như ếch nhái."* Ếch nhái là loài vật ghê tởm, về ý nghĩa thuộc linh, ếch nhái nói đến Sa-tan.

Ếch nhái bò vào cung vua và nhà cửa các quan trưởng và dân sự có ý nghĩa rằng tai vạ nầy giáng lên hết thảy mọi người trong đồng một thể, bất kể địa vị xã hội của họ.

Hơn nữa, ếch nhái bò lên giường ngủ có nghĩa rằng sẽ có nan đề giữa vợ chồng.

Ví dụ, giả sử người vợ là một kẻ tin kính nhưng người chồng thì không, rồi người chồng có vấn đề rắc rối. Sau đó anh ta bị bắt, anh ta sẽ đưa ra lời bào chữa rằng, "Ấy là vì lúc nào em cũng cứ đi đến nhà thờ."

Nếu người vợ tin chồng mình về sự đổ lỗi cho việc đi nhà thờ là nguyên nhân của nan đề cá nhân họ, để rồi xa lánh Chúa, ấy là nan đề gây nên bởi, "Sa-tan trong phòng ngủ.'

Người ta đối diện với loại tai vạ nầy vì cớ họ cưu mang những sự ác trong mình. Họ dường như có một đời sống đức tin tốt đẹp, nhưng khi đối diện với thử thách, lòng họ bị dao động. Đức tin và hy vọng của họ về thiên đàng bị tiêu tán. Sự vui mừng và bình an của họ cũng mất đi, rồi họ hoảng sợ khi nhìn vào sự thật của hoàn cảnh.

Nhưng nếu họ thật sự có hy vọng về thiên đàng, tình yêu dành cho Đức Chúa Trời, và nếu có đức tin đích thực, họ sẽ chẳng đau đớn vì những khốn khó mà mình trải qua trên đất nầy. Họ sẽ sẵn sàng vượt qua và nhận lãnh phước hạnh.

Ếch nhái bò vào trong lò bếp, cùng nơi nhồi bột làm bánh. Cái thùng nhồi bột làm bánh nói đến thức ăn hàng ngày của chúng ta, còn lò bếp là nói đến nơi làm việc hay công việc làm ăn của chúng ta. Ý nghĩa bao trùm của điều nầy là nói đến công việc của Sa-tan trong gia đình mỗi người, nơi làm việc, công việc làm ăn, và ngay cả thức ăn hàng ngày, vì vậy mọi người đều bị đẩy vào những tình cảnh đầy khó khăn và căng thẳng.

Trong hoàn cảnh nầy, một số người không thể vượt qua được thử thách mà nghĩ rằng, "Những thử thách nầy đến với tôi là tại bởi việc tin Chúa Giê-xu," rồi sau đó họ trở lại với thế gian. Ấy là sự lìa khỏi con đường cứu rỗi và sự sống đời đời.

Nhưng nếu nhìn nhận rằng những khốn khó đến trên họ

là do bởi sự thiếu đức tin và trong mình có cưu mang những sự ác, và rồi họ ăn năn về sự đó, công việc quấy phá của Sa-tan sẽ ra khỏi, Đức Chúa Trời sẽ vùa giúp họ vượt qua những khốn khó ấy.

Nếu thật sự có đức tin, sẽ chẳng có thử thách hay tai vạ nào trở thành vấn đề đối với chúng ta. Dẫu có đối diện với thử thách, nếu chúng ta vui mừng và dâng lời tạ ơn, cùng sự tỉnh thức và cầu nguyện, mọi nan đề đều có thể được giải quyết.

Pha-ra-ôn bèn đòi Môi-se và A-rôn mà phán rằng: "Hãy cầu nguyện Đức Giê-hô-va, để Ngài khiến ếch nhái cách xa ta và dân sự ta; thì ta sẽ thả dân Hê-bơ-rơ đi tế Đức Giê-hô-va" (Xuất Ê-díp-tô-ký 8:8).

Pha-ra-ôn đòi Môi-se và A-rôn đuổi hết ếch nhái là những thứ lan tràn trên khắp xứ. Qua lời cầu nguyện của Môi-se, ếch nhái chết sạch tại nhà cửa, sân đình, và đồng ruộng.

Người ta chất thây chúng thành đống, và đất bốc mùi hôi thối. Bấy giờ họ đã được khỏi nạn. Nhưng khi Pha-ra-ôn thấy đã được khỏi nạn rồi, người liền đổi ý. Người có hứa rằng sẽ tha cho dân y-sơ-ra-ên đi nếu ếch nhái được dọn sạch, song người đã không giữ lời.

Nhưng Pha-ra-ôn thấy được khỏi nạn, bèn cứng lòng, chẳng nghe Môi-se và A-rôn chút nào, y như lời Đức Giê-hô-va đã phán (Xuất Ê-díp-tô-ký 8:15).

'Làm cứng lòng người' ý nói rằng Pha-ra-ôn rất ương ngạnh. Thậm chí sau khi nhìn thấy hàng loạt những công việc của Đức Chúa Trời, người cũng chẳng chịu nghe theo Môi-se. Kết quả từ việc đó, một tai vạ khác đã giáng xuống.

Tai Vạ về Muỗi

Đức Chúa Trời phán cùng Môi-se trong Xuất Ê-díp-tô-ký 8:16, *"Hãy truyền cho A-rôn rằng: Hãy giơ gậy anh ra, đập bụi trên đất, bụi sẽ hóa muỗi khắp cả xứ Ê-díp-tô."*

Khi Môi-se và A-rôn làm theo như những gì đã được truyền bảo, bụi đất hóa thành muỗi trên khắp cả xứ Ê-díp-tô.

Với những mẹo huyền bí của mình, các thuật sĩ cũng cố gắng khiến hóa ra muỗi, nhưng họ không làm được. Cuối cùng họ đã nhận ra rằng điều nầy không thể cố gắng thực hiện bởi bất kỳ năng lực nào của con người và họ đã thú nhận cùng vua.

Ấy là ngón tay của Đức Chúa Trời (Xuất Ê-díp-tô-ký 8:19).

Cho đến bấy giờ, các thuật sĩ đã có thể làm các công việc tương tự như khiến gậy thành rắn, hóa nước thành huyết, và khiến sanh ra ếch nhái. Nhưng họ không thể làm nhiều hơn như thế.

Cuối cùng, họ cũng đã phải nhìn nhận quyền phép của Đức Chúa Trời được bày tỏ qua Môi-se. Nhưng Pha-ra-ôn vẫn cứng lòng và chẳng chịu nghe Môi-se.

Ý Nghĩa Thuộc Linh Của Tai Vạ về Muỗi

Trong tiếng Hê-bơ-rơ từ 'Kinim' được phiên dịch khác nhau thành, 'chấy rận, bọ chét, hay muỗi mòng.' Nói chung đây là những côn trùng nhỏ sống ở những nơi ô uế. Chúng hút máu người hay động vật. Chúng thường được tìm thấy trong tóc, quần áo, hay trong lông động vật. Có hơn 3.300 loại muỗi mòng khác nhau.

Khi hút máu người, chúng thường gây ngứa ngáy. Chúng cũng có thể gây ra bệnh truyền nhiễm phụ như sốt hồi quy hay sốt bùng phát.

Ngày nay, ở những nơi đô thành sạch sẽ, chúng ta không thể dễ tìm thấy muỗi mòng, song trên những cơ thể người thiếu vệ sinh, những loại côn trùng đó sinh sống rất nhiều.

Vậy, đặc trưng của tai vạ muỗi mòng là gì?

Bụi đất hóa thành muỗi mòng. Bụi là thứ rất nhỏ, có thể bay đi bởi hơi thở chúng ta. Kích cỡ chúng từ khoảng 3-4µm (micrometer) đến 0.5 mm.

Chỉ một thứ hầu như chẳng có gì quan trọng như hạt bụi hóa thành muỗi mòng sống động để hút máu, rồi gây khốn đốn và đau đớn, tai vạ muỗi mòng tượng trưng cho những trường hợp mà ở đó những thứ nhỏ nhặt ẩn kín như chẳng có gì đáng kể, thình lình dấy lên và hóa thành những nan đề lớn để mang khốn đốn và đau đớn đến với chúng ta.

Thông thường, sự ngứa ngáy thì tương đối ít đau đớn hơn nỗi đau của những căn bệnh khác, nhưng nó gây nên cảm giác rất bực bội. Vả lại, muỗi mòng thường sống ở những nơi dơ bẩn, tai vạ muỗi mòng sẽ đến với nơi nào ẩn chứa sự xấu xa.

Chẳng hạn, một sự cãi lẫy nhỏ nhặt giữa các anh em hay vợ chồng có thể dẫn đến một cuộc tranh chiến lớn. Khi người ta nói đến những chuyện nhỏ nhặt đã xảy ra từ trước, điều đó có thể dẫn đến cuộc chiến lớn. Đây cũng là tai vạ muỗi mòng.

Khi những sự ác như ganh ghét và đố kỵ trong lòng lớn lên sẽ trở thành thù hận, khi người ta không kiềm chế được tính khí mình mà nổi giận với ai đó, khi sự dối trá nhỏ của một người lớn lên thành những dối trá lớn trong nỗ lực che đậy chúng, tất cả những điều nầy là điển hình của tai vạ muỗi mòng.

Nếu có một sự ác âm ỉ tiềm tàng trong lòng, thì người ấy sẽ cảm thấy khổ sở trong mình. Anh ta có thể nghĩ rằng đời sống Cơ Đốc Nhân thật khó khăn. Một căn bệnh nhỏ có thể đến trên anh ta. Những điều nầy cũng là tai vạ muỗi mòng. Nếu thình lình chúng ta bị sốt hay cảm lạnh, hoặc chúng ta gặp phải những chuyện cãi lẫy hay nan đề nhỏ nhặt, chúng ta nên mau chóng xét lại bản thân mình và ăn năn.

Vậy, muỗi mòng trên súc vật có ý nghĩa gì? Súc vật là những vật sống, vào thời bấy giờ, số lượng súc vật cùng với đất đai, là thước đo sự giàu có của con người. Vua chúa, các quan trưởng, và dân sự đều có vườn nho và chăn nuôi gia súc.

Ngày nay, tài sản của chúng ta là gì? Không chỉ nhà cửa, ruộng đất, công việc làm ăn hay công sở mà còn các thành viên trong gia đình hết thảy đều thuộc về phạm trù 'tài sản' của chúng ta. Và vì động vật là những vật sống, điều nầy nói đến những thành viên trong gia đình là những người chung sống với nhau.

'Muỗi mòng trên con người và súc vật' ý nói những điều nhỏ nhặt hóa ra việc lớn, không chỉ đối với chính chúng ta mà các thành viên trong gia đình cũng phải chịu khốn đốn.

Những ví dụ như vậy là những trường hợp mà con cái bị khốn đốn vì những việc làm sai trật của cha mẹ chúng, hay chồng bị khốn đốn vì lỗi lầm của vợ.

Ở Hàn Quốc, nhiều trẻ con bị khốn đốn với với hội chứng viêm da. Bắt đầu với sự ngứa ngáy không đáng kể, rồi lan nhanh ra khắp người, khiến chảy mủ ở những nơi phát ban và ung nhọt trên da.

Ở trường hợp nặng, một số trẻ em da nứt nẻ từ đầu đến chân và chảy mủ. Khi da chúng nứt ra, máu và mủ sẽ phủ kín những chỗ ấy.

Khi các bậc cha mẹ nhìn thấy con cái họ trong tình trạng như vậy, thì rất đau lòng vì họ không thể làm được gì cho con cái mình.

Hơn nữa, khi cha mẹ nổi giận, những con nhỏ của họ đôi khi bị ngã sốt thình lình. Trong nhiều trường hợp, sự đau ốm của của con cái là do những việc làm sai trật của cha mẹ gây ra.

Trong tình trạng nầy, nếu các bậc cha mẹ tự xét lại đời sống mình và ăn năn về việc không làm trọn bổn phận cho xứng đáng, không hòa thuận với mọi người, và những gì sai trật trước mặt Chúa, thì con cái họ sẽ sớm được chữa lành.

Chúng ta có thể thấy rằng ấy cũng chính là tình yêu của Đức Chúa Trời khi Ngài cho phép những sự đó xảy ra. Tai vạ muỗi mòng đến khi chúng ta cưu mang sự ác trong mình. Do đó, chúng ta chớ nên xem thậm chí những điều nhỏ nhặt là sự ngẫu nhiên, mà hãy nhận diện những sự ác trong mình, để kịp ăn năn và xoay khỏi chúng.

Chương 4

Tai Vạ về Ruồi, Dịch Hạch, và Ung Nhọt

Xuất Ê-díp-tô-ký 8:21-9:11

"Đức Giê-hô-va bèn làm y như lời. Vậy, trong cung điện Pha-ra-ôn, nhà cửa của quần thần cùng cả xứ Ê-díp-tô đều có ruồi mòng vô số, đất bị ruồi mòng hủy hoại" (8:24). "Nầy, tay của Đức Giê-hô-va sẽ tra vào các súc vật của ngươi ngoài đồng, vào ngựa, lừa, lạc đà, bò và chiên; sẽ có dịch lớn. Vừa đến mai, Đức Giê-hô-va làm sự đó, hết thảy súc vật của người Ê-díp-tô đều chết; nhưng của người Y-sơ-ra-ên chẳng chết một con nào" (9:3, 6). "Vậy, hai người hốt tro trong lò, đứng trước mặt Pha-ra-ôn, rồi Môi-se vải tro lên trời, thì sanh ra ghẻ chốc cương mủ trên mình người ta và súc vật. Các thuật sĩ đứng trước mặt Môi-se không được, vì cớ ghẻ chốc đã sanh trên mình các thuật sĩ như trên mình của hết thảy người Ê-díp-tô" (9:10-11).

Các thuật sĩ Ê-díp-tô thừa nhận quyền năng Đức Chúa Trời sau khi họ nhìn thấy tai vạ muỗi mòng. Nhưng Pha-ra-ôn vẫn cứng lòng nên chẳng chịu nghe Môi-se. Cho đến lúc nầy, quyền năng Đức Chúa Trời đã được tỏ ra đủ cho người tin Ngài. Song người chỉ việc cậy vào sức mạnh và thẩm quyền mình, người tự xem mình là thần, và chẳng e sợ Đức Chúa Trời.

Các tai vạ tiếp tục hoành hành, song người chẳng chịu ăn năn mà chỉ càng thêm cứng lòng. Vậy nên, các tai vạ cũng ngày càng nặng nề hơn. Cho đến khi hứng lấy tai vạ muỗi mòng, nếu ăn năn và quay trở lại, ắt họ đã được phục hồi cách nhanh chóng. Nhưng đến thời điểm nầy, sự thể càng trở nên khó khăn để họ được phục hồi.

Tai Vạ Ruồi Mòng

Sáng sớm, theo lời Đức Chúa Trời, Môi-se đến trước mặt Pha-ra-ôn. Một lần nữa người truyền lại sứ điệp Đức Chúa Trời hãy để cho dân sự Y-sơ-ra-ên đi.

> *Bấy giờ Đức Giê-hô-va phán cùng Môi-se rằng: "Nầy Pha-ra-ôn sẽ ngự ra mé sông, ngươi hãy dậy sớm, đi ra mắt người, mà tâu rằng: Đức Giê-hô-va có phán như vầy: Hãy tha cho dân ta đi, để chúng nó hầu việc ta"* (Xuất Ê-díp-tô-ký 8:20).

Tuy nhiên, Pha-ra-ôn đã chẳng chịu nghe Môi-se. Điều nầy

khiến tai vạ ruồi mòng giáng lên họ, không những trong cung điện Pha-ra-ôn và nhà cửa các quan trưởng mà thôi, nhưng khắp cả xứ Ê-díp-tô. Ruồi mòng đầy khắp xứ.

Ruồi mòng là thứ có hại. Chúng truyền những bệnh như thương hàn, dịch tả, lao phổi, và phong hủi. Giống ruồi quen thuộc có thể sinh sản mọi nơi, ngay cả trên chất phế thải hay rác rưởi. Chúng ăn được mọi thứ kể cả chất thải hay thực phẩm. Chúng tiêu hóa rất nhanh, cứ năm phút là chúng bài tiết một lần.

Nhiều loại vi khuẩn dễ gây bệnh có thể bị lưu lại trên thức ăn hay đồ dùng rồi thâm nhập vào cơ thể con người. Miệng và chân của chúng bám đầy chất lỏng mà trong đó cũng có chứa những vi khuẩn dễ lây bệnh. Chúng là một trong những nguyên nhân lớn nhất của những căn bệnh truyền nhiễm.

Ngày nay, chúng ta có nhiều biện pháp ngăn ngừa và điều trị, nên chẳng có nhiều bệnh truyền nhiễm bởi ruồi. Nhưng trước đây, nếu có bất kỳ bệnh truyền nhiễm nào bùng phát, rất nhiều người bị thiệt mạng. Vả lại, ngoài những căn bệnh truyền nhiễm, nếu thức ăn bị ruồi đậu lên, thì thức ăn sẽ bị dơ bẩn khiến chúng ta rất khó ăn.

Ấy mà không chỉ một số ít, nhưng vô số kể ruồi phủ kín cả xứ Ê-díp-tô. Ắt hẳn người ta đã phải khổ sở biết dường nào! Hẳn họ đã phải rùng rợn khi nhìn cảnh tượng chung quanh mình.

Cả xứ Ê-díp-tô bị tàn hại bởi những đàn ruồi kinh khiếp. Điều nầy có nghĩa rằng sự rối loạn không chỉ đối với Pha-ra-ôn mà còn hết thảy người Ê-díp-tô, lan ra khắp xứ nầy.

Nhưng có sự phân biệt rõ ràng giữa dân Y-sơ-ra-ên và người Ê-díp-tô, trên đất Gô-sen nơi mà dân Y-sơ-ra-ên sinh sống, chẳng có một con ruồi nào bay đến.

Hãy đi dâng tế lễ cho Đức Chúa Trời các ngươi trong xứ (Xuất Ê-díp-tô-ký 8:25).

Trước khi Đức Chúa Trời xuống tai vạ đầu tiên, Ngài truyền lệnh cho họ dâng tế lễ cho Ngài tại đồng vắng, nhưng Pha-ra-ôn đã bảo họ dâng tế lễ cho Đức Chúa Trời trong xứ Ê-díp-tô. Bấy giờ Môi-se khước từ đề nghị ấy và bảo cho người biết tại sao.

Làm như vậy chẳng tiện, vì các của lễ mà chúng tôi sẽ tế Giê-hô-va Đức Chúa Trời chúng tôi, là một điều gớm ghê cho người Ê-díp-tô. Nếu chúng tôi dâng của lễ gớm ghê trước mắt người Ê-díp-tô, họ há chẳng liệng đá chúng tôi sao? (Xuất Ê-díp-tô-ký 8:26).

Môi-se lại nói rằng họ sẽ đi vào đồng vắng trong ba ngày để làm theo những gì Đức Chúa Trời đã phán dặn. Pha-ra-ôn đáp lời và bảo cùng người rằng chớ đi quá xa và cũng hãy cầu nguyện cho người nữa.

Môi-se tâu cùng Pha-ra-ôn rằng, nội trong ngày mai ruồi mòng sẽ không còn nữa, và bảo người giữ đúng như lời đã hứa hãy để cho dân Y-sơ-ra-ên đi.

Nhưng sau khi đã khỏi nạn bởi lời cầu nguyện của Môi-se, Pha-ra-ôn đã thay đổi và chẳng chịu để cho dân Y-sơ-ra-ên đi.

Qua điều nầy chúng ta có thể hiểu rằng ông là một con người gian dối và xảo trá biết dường nào. Chúng ta cũng hiểu được tại sao ông đã phải liên tục đối diện với tai vạ.

Ý Nghĩa Thuộc Linh của Tai Vạ Ruồi Mòng

Ruồi mòng là giống được sinh từ những nơi dơ bẩn và truyền nhiễm những bệnh dễ lây lan, nếu lòng con người có cưu mang sự ác và dơ bẩn, thì miệng người sẽ nói ra những lời độc ác, khiến gây nên nhiều thứ bệnh tật và nan đề cho mình. Ấy là tai vạ ruồi mòng.

Loại tai vạ nầy, một khi xảy đến, thì không chỉ đến trên bản thân kẻ gây ra nó, mà còn ngay trên người thân, người phối ngẫu và nơi công sở nữa.

Ma-thi-ơ 15:18-19 có chép, *"Song những điều bởi miệng mà ra từ trong lòng, thì những điều đó làm dơ dáy người. Vì từ nơi lòng mà ra những ác tưởng, những tội giết người, tà dâm, dâm dục, trộm cướp, làm chứng dối, và lộng ngôn."*

Môi miệng con người nói ra những điều chan chứa trong lòng. Những lời lành ra từ tấm lòng thiện lành, nhưng lòng ô uế nói ra những lời xấu xa. Nếu chúng ta cưu mang sự gian dối và xảo quyệt, cùng sự thù hận và giận dữ, thì những lời lẽ và việc làm của chúng ta sẽ sớm lộ ra.

Lộng ngôn, xét đoán, buộc tội, và rủa sả, hết thảy những thứ đó đều ra từ những tấm lòng ô uế. Vậy nên Ma-thi-ơ 15:11 nói rằng, *"Chẳng phải điều chi vào miệng làm dơ dáy người;*

nhưng điều chi ở miệng ra, ấy mới là điều làm dơ dáy người vậy."

Ngay cả những kẻ chẳng tin kính cũng thường nói những lời như, "Lời nói ra như hạt giống rơi xuống đất," hay "Nước đã đổ khỏi bình, không sao hốt lại được."

Chúng ta không thể nào rút lại lời mình đã nói ra. Đặc biệt trong đời sống Cơ Đốc Nhân, sự xưng nhận của môi miệng là điều rất quan trọng. Tùy vào những gì chúng ta nói ra, hoặc là tích cực hay tiêu cực, sự ấy sẽ mang lại những kết quả khác nhau trên đời sống chúng ta.

Nếu mắc phải chứng cảm lạnh thông thường hay bệnh truyền nhiễm đơn giản, điều nầy thuộc về tai vạ muỗi mòng. Vậy, nếu kịp ăn năn, chúng ta có thể được phục hồi. Nhưng đối với trường hợp tai vạ ruồi mòng, cho dù có ăn năn, chúng ta cũng chẳng được phục hồi ngay. Vì điều nầy được gây nên bởi sự ác nặng nề hơn trường hợp tai vạ muỗi mòng, chúng ta sẽ phải đối diện với sự trừng phạt.

Thế thì, nếu phải đối diện với tai vạ ruồi mòng, chúng ta cần tra xét lại để dọn lòng ăn năn về những lời nói và những điều xấu xa như vậy. Chỉ sau khi ăn năn thì những nan đề mà chúng ta đang gặp phải mới được giải quyết.

Trong Kinh Thánh, chúng ta có thể tìm thấy có những người phải chịu lấy sự trừng phạt vì những lời nói xấu xa của họ. Như trường hợp dành cho Mi-canh, con gái của Vua Sau-lơ và là vợ của Vua Đa-vít. Trong 2 Sa-mu-ên chương 6, khi Hàm Giao Ước của Giê-hô-va Đức Chúa Trời được mang trở về thành của Đa-vít, người quá vui mừng mà nhảy múa trước mặt quần thần.

Hàm Giao Ước của Giê-hô-va tượng trưng cho sự hiện diện của Đức Chúa Trời. Nó đã bị người Phi-li-tin chiếm đoạt trong thời các quan xét nhưng đã được lấy lại. Trong khoảng bảy mươi năm, nó không thể ở trong đền tạm mà phải tạm thời ở tại Ki-ri-át Giê-rim. Sau khi Đa-vít lên ngôi, người đã có thể rước Hàm ấy về đền tạm tại Giê-ru-sa-lem. Người đã quá đỗi vui mừng.

Không chỉ Đa-vít mà hết thảy dân sự Y-sơ-ra-ên đều cùng nhau vui mừng và ngợi khen Đức Chúa Trời. Song Mi-canh, người lẽ ra cùng chồng mình vui mừng, lại xem thường Vua và khinh miệt người.

> *Hôm nay vua Y-sơ-ra-ên được vinh hiển thay, mà ở trần trước mặt các con đòi của tôi tớ vua, làm như một kẻ không ra gì vậy!* (2 Sa-mu-ên 6:20).

Vậy, Đa-vít đã đáp lại như thế nào?

> *Ấy tại trước mặt Đức Giê-hô-va, là Đấng đã chọn lấy ta làm hơn cha nàng và cả nhà người, lập ta làm vua chúa Y-sơ-ra-ên, là dân của Đức Giê-hô-va; phải, trước mặt Đức Giê-hô-va, ta có hát múa. Ta sẽ hạ mình xuống nhiều hơn nữa, tự xem mình là hèn mạt; dầu vậy, những con đòi nàng nói đó sẽ tôn kính ta* (2 Sa-mu-ên 6:21-22).

Vì những lời sai trật do miệng mình nói ra, Mi-canh đã phải son sẻ cho đến cuối đời.

Cũng giống như vậy, nhiều người phạm đủ thứ tội lỗi bởi môi miệng mình, nhưng thậm chí họ không nhận biết được rằng những lời trên môi miệng họ là tội lỗi. Vì những điều sai trật trên môi miệng, những trừng phạt về tội lỗi trên công sở, việc làm ăn, và gia đình họ, nhưng thậm chí họ chẳng biết tại sao. Đức Chúa Trời cũng cho chúng ta biết về tầm quan trọng của lời nói.

Trong sự vi phạm của môi miệng có một cái bẫy tàn hại; nhưng người công bình được thoát khỏi sự hoạn nạn. Nhờ bông trái của môi miệng mình, người sẽ được no đầy phước; và người sẽ được báo lại tùy theo việc tay mình đã làm (Châm Ngôn 12:13-14).

Nhờ bông trái của miệng mình, người hưởng lấy sự lành; còn linh hồn kẻ gian ác sẽ ăn điều cường bạo. Kẻ canh giữ miệng mình, giữ được mạng sống mình; nhưng kẻ nào hở môi quá, bèn bị bại hoại (Châm Ngôn 13:2-3).

Sống chết ở nơi quyền của lưỡi; kẻ ái mộ nó sẽ ăn bông trái của nó (Châm Ngôn 18:21).

Chúng ta nên biết rằng những lời lẽ sai trật ra từ môi miệng mình sẽ đem lại những hậu quả gì, hầu cho chúng ta chỉ nói những lời tích cực, những lời tốt đẹp và thiện lành, lời chính trực và lời của sự sáng, để rồi chúng ta xưng nhận đức tin mình.

Tai Vạ Dịch Lệ

Ngay cả sau khi phải khốn đốn với tai vạ ruồi mòng,, Pha-ra-ôn cứ vẫn cứng lòng mà từ chối việc để cho dân Y-sơ-ra-ên ra đi. Bấy giờ, Đức Chúa Trời đã cho phép tai vạ dịch lệ xảy ra.

Cũng vào thời điểm nầy, trước khi cho phép tai vạ xảy ra, Đức Chúa Trời đã sai Môi-se đi truyền lại ý chỉ Ngài.

Vì nếu ngươi từ chối không tha đi, còn cầm lại nữa, nầy, tay của Đức Giê-hô-va sẽ tra vào các súc vật của ngươi ngoài đồng, vào ngựa, lừa, lạc đà, bò, và chiên; sẽ có dịch lệ rất lớn. Đức Giê-hô-va sẽ phân biệt súc vật của dân Y-sơ-ra-ên cùng súc vật của người Ê-díp-tô, sẽ chẳng có một con nào của dân Y-sơ-ra-ên bị chết (Xuất Ê-díp-tô-ký 9:2-4).

Hầu cho họ nhận biết rằng tai vạ đến trên họ chẳng bởi sự tình cờ hay ngẫu nhiên, mà là bởi quyền phép của Đức Chúa Trời, Ngài định kỳ mà rằng; "Đến mai Đức Giê-hô-va sẽ làm sự đó trong xứ." Như vậy, Ngài cứ tiếp tục cho họ những cơ hội để ăn năn.

Ví bằng người đã nhìn nhận quyền năng Đức Chúa Trời dẫu

chỉ một phần nào, ắt hẳn Pha-ra-ôn đã từ bỏ ý định ngoan cố của mình và chẳng phải khốn đốn thêm với một tai vạ nào nữa.

Song người chẳng chịu thay đổi ý định mình. Vì điều nầy mà tai vạ đã giáng lên họ, các súc vật ngoài đồng – ngựa, lừa, lạc đà, bò, và chiên đều bị chết.

Trong khi đó, chẳng có một con nào của dân Y-sơ-ra-ên bị chết. Đức Chúa Trời cho họ biết rằng Ngài là Đức Chúa Trời hằng sống và làm ứng nghiệm lời Ngài đã phán. Pha-ra-ôn biết rõ sự thật nầy, nhưng người cứ vẫn cứng lòng và chẳng chịu thay đổi ý định mình.

Ý Nghĩa Thuộc Linh của Tai Vạ Dịch Lệ

Dịch lệ là thứ bệnh lan truyền rất nhanh, giết chết hàng loạt người và động vật. Bấy giờ hết thảy bầy gia súc trong xứ Ê-díp-tô đều chết, chúng ta có thể hình dung sự thiệt hại nặng nề là đến dường nào.

Ví dụ, cái Chết Đen hay Tai Vạ Dịch Hạch, là căn bệnh đã hoành hành trên khắp Châu Âu trong thế kỷ mười bốn, thật ra là một bệnh dịch đã xảy ra trên động vật như sóc và chuột. Song nó truyền sang người qua bọ chét và đã gây thiệt mạng cho rất nhiều người. Vì căn bệnh nầy có tính lây lan rất mạnh và nền y học lúc bấy giờ chưa mấy phát triển, nên đã cướp đi rất nhiều sinh mạng của con người.

Đàn gia súc như trâu bò, ngựa, chiên, dê là một gia sản lớn

trong tài sản của con người thời bấy giờ. Gia súc tượng trưng cho tài sản của Pha-ra-ôn, các quan trưởng, và dân sự người. Gia súc là loài động vật sống, trong ý nghĩa hiện tại, điều nầy nói đến những thành viên trong gia đình, đồng nghiệp, và bạn bè là những người chung sống với chúng ta trong gia đình, nơi công sở hay nơi làm ăn.

Nguyên nhân của dịch lệ trên bầy gia súc của Ê-díp-tô chính là sự gian ác của Pha-ra-ôn. Vì thế, ý nghĩa thuộc linh của tai vạ dịch lệ ấy là bệnh tật sẽ đổ trên đầu người nhà mình nếu ta nuôi dưỡng sự ác khiến Đức Chúa Trời xoay mặt khỏi chúng ta.

Ví dụ, khi cha mẹ bất tuân Đức Chúa Trời, con cái họ có thể mắc bệnh nan y. Hoặc giả chỉ vì sự gian ác của chồng, mà vợ có thể bị bệnh. Khi thứ tai vạ nầy đến trên chúng ta, thì không chỉ mình chúng ta phải xét lại mà cả nhà nên cùng nhau ăn năn.

Từ Xuất Ê-díp-tô-ký 20:4 trở đi, sách có chép rằng sự trừng phạt về tội sùng bái thần tượng sẽ lưu lại trên con cháu đến ba bốn đời.

Đương nhiên Đức Chúa Trời của tình yêu thương sẽ chẳng phạt tội luôn. Nếu con cái có lòng nhân từ, tin nhận Chúa và sống bởi đức tin, chúng sẽ chẳng phải đối diện với bất kỳ thử thách nào gây ra từ tội lỗi của cha mẹ mình.

Nhưng nếu con cái nuôi dưỡng tội ác ngày càng thêm chồng chất mà chúng kế thừa từ cha mẹ mình, chúng sẽ phải đối diện với hậu quả của tội lỗi. Trong nhiều trường hợp, có những con cái sinh ra trong những gia đình thờ quá nhiều thần tượng đã bị tàn tật bẩm sinh hoặc bị rối loạn tâm thần.

Có một số người dán bùa may mắn trên vách tường nhà mình. Một số khác thờ thần tượng Bồ Đà. Có một số người còn đem tên mình gởi vào Chùa Phật. Đối với loại thần tượng nặng nề nầy, cho dù chính họ có thể không khốn đốn với tai họa, nhưng con cái họ ắt sẽ chịu hoạn nạn.

Thế thì các bậc làm cha mẹ hãy luôn ở trong lẽ thật hầu cho tội lỗi mình sẽ chẳng đổ lại cho con cái. Ví như có thành viên nào trong gia đình mắc phải cơn bệnh khó trị, họ nên xét lại cho biết bệnh ấy có phải do tội lỗi mình gây ra chăng.

Tai Vạ Ung Nhọt

Pha-ra-ôn nhìn xem bầy gia súc của Ê-díp-tô chết đầy đồng, bèn sai người đến xem cho biết điều gì xảy ra tại Gô-sen, nơi dân Y-sơ-ra-ên đang sinh sống. Chẳng giống bất kỳ nơi nào trên khắp xứ Ê-díp-tô, tại Gô-sen không một con gia súc nào bị chết.

Ngay cả sau kinh nghiệm được quyền năng không thể chối cãi từ công việc do tay Đức Chúa Trời làm nên, Pha-ra-ôn vẫn nhất định không chịu từ bỏ đường lối mình.

Pha-ra-ôn sai người đi xét, thấy chẳng có một con súc vật nào của dân Y-sơ-ra-ên chết hết. Nhưng Pha-ra-ôn cứng lòng chẳng cho dân sự đi (Xuất Ê-díp-tô-ký 9:7).

Cuối cùng, Đức Chúa Trời bèn phán cùng Môi-se và A-rôn

hãy hốt cho mình một nắm tro đầy, trước mặt Pha-ra-ôn, Môi-se vãi tro lên trời. Khi họ đã làm những gì Đức Chúa Trời phán bảo rồi thì khiến sanh nhiều ghẻ chốc cương mủ trên mình người và súc vật trên khắp cả xứ Ê-díp-tô.

Ung nhọt là một căn bệnh sưng tấy và viêm nhiễm da cục bộ, là hậu quả từ việc viêm nang lông sát ngay mô tế bào, có một hạt cứng ngay giữa, và mưng mủ.

Trong trường hợp nặng hơn, người ta có thể phải cần đến phẫu thuật. Có một số ung nhọt có đường kính lớn hơn 10cm. Nó sưng phồng lên, gây sốt cao và mệt mỏi, một số người thậm chí không bước đi được. Ấy là sự đau đớn vô cùng.

Ung nhọt mọc trên cả người và động vật, thậm chí các thuật sĩ cũng không đứng nổi trước mặt Môi-se vì cớ ung nhọt.

Trong tai vạ dịch lệ, chỉ có bầy gia súc chết. Nhưng trong tai vạ ung nhọt, không chỉ súc vật thôi mà ngay cả con người cũng phải chịu khốn đốn.

Ý Nghĩa Thuộc Linh của Tai Vạ Ung Nhọt

Dịch lệ là căn bệnh bên trong, nhưng ung nhọt thì được nhìn thấy bên ngoài khi những thứ bên trong trở nên trầm trọng hơn.

Ví dụ, một tế bào ung nhọt nhỏ khi lớn đến độ thì lộ rõ ra bên ngoài. Nó tương đương với chứng ngập máu não hay bại liệt, bệnh phổi, và AIDS.

Những căn bệnh nầy thường tìm thấy ở những người có tánh khí ương ngạnh. Có thể khác nhau trong mỗi trường hợp, nhưng phần nhiều trong số họ có tính khí nóng nảy, kiêu ngạo, không tha thứ cho người khác và tự cho mình là vô song. Hơn nữa họ chỉ khăng khăng nắm giữ lấy quan điểm của mình mà chẳng để ý đến người khác nghĩ gì. Tất cả là bởi thiếu tình yêu thương. Ấy là những lí do khiến xảy ra tai vạ.

Đôi khi chúng ta có thể phân vân tự hỏi rằng, "Anh ta trông có vẻ hiền lành và tử tế, cớ sao anh ta phải đau đớn với căn bệnh như thế nầy?" Nhưng mặc dù có thể bề ngoài người ta trông có vẻ hiền lành, nhưng con người bề trong có thể không thật sự như vậy trước mặt Đức Chúa Trời.

Nếu chính người ấy không ương ngạnh, thì có thể bởi tội trọng của tổ phụ đã phạm (Xuất Ê-díp-tô-ký 20:5).

Khi tai vạ đến vì cớ một thành viên nào đó trong gia đình, tai nạn ấy sẽ được khỏi khi hết thảy các thành viên trong gia đình đều đồng lòng ăn năn. Qua sự nầy, nếu họ trở thành một gia đình hòa thuận và tốt đẹp, ấy làm một phước hạnh lớn cho họ.

Đức Chúa Trời là Đấng cầm giữ sự sống, sự chết, và vận mạng con người trong sự công chính Ngài. Vì vậy, không một tai vạ hay hoạn nạn nào xảy đến cách vô cớ (Phục Truyền luật lệ ký 28).

Và lại, dẫu cho khi con cái phải chịu khốn đốn vì cớ tội lỗi của cha mẹ hay tổ phụ chúng, nguyên nhân cơ bản vẫn ở tại chính bản thân của họ. Mặc dù cha mẹ có thờ lạy thần tượng, nhưng nếu con cái họ sống trong lời Chúa, thì Đức Chúa Trời sẽ che chở nên chẳng có tai vạ nào đến gần họ.

Sự trừng phạt vì tội thờ lạy thần tượng của tổ phụ hay tội ấy từ cha mẹ truyền lại vì cớ chính những con cái ấy không sống theo lời Đức Chúa Trời. Nếu sống trong lẽ thật, Đức Chúa Trời của sự công chính sẽ gìn giữ họ, nên chẳng có hoạn nạn nào xảy đến.

Vì Đức Chúa Trời là yêu thương, Ngài cầm một linh hồn quý hơn cả thế gian. Ngài muốn mọi người đều được cứu rỗi, sống trong lẽ thật, và thắng hơn trong đời sống mình.

Đức Chúa Trời chẳng để cho tai vạ đấy chúng ta đến sự hủy diệt mà bèn là khiến chúng ta ăn năn tội lỗi mình và xoay khỏi chúng tùy theo sự yêu thương của Ngài.

Tai vạ về huyết, ếch nhái, và muỗi mòng được gây ra bởi công việc của Sa-tan, và chúng tương đối nhẹ. Vậy nên, nếu ăn năn và xoay khỏi, chúng ta có thể qua khỏi những tai vạ ấy dễ dàng.

Nhưng những tai vạ về ruồi mòng, dịch lệ, và ung nhọt là những tai vạ nặng nề hơn, chúng trực tiết trên cơ thể chúng ta. Do vậy, trong những trường hợp nầy, chúng ta phải xé lòng mình mà hết lòng ăn ăn.

Nếu chúng ta đang phải đau đớn với một tai vạ nào trong những tai vạ nầy, chúng ta chớ nên đổ lỗi cho ai. Song, phải đủ khôn ngoan để suy xét lại chính mình dựa trên lời Đức Chúa Trời và ăn năn bất kỳ điều gì không đúng đắn trước mặt Ngài.

Chương 5

Tai Vạ về Mưa Đá và Cào Cào

Xuất Ê-díp-tô-ký 9:23-10:20

Môi-se bèn giơ gậy mình lên trời, Đức Giê-hô-va làm cho sấm động, mưa đá sa, lửa chạy trên mặt đất. Vậy Đức Giê-hô-va đã khiến mưa đá sa trên xứ Ê-díp-tô. Và, có mưa đá sa xuống và lửa cháy rất mạnh pha lộn với, đến đỗi từ khi xứ Ê-díp-tô lập quốc đến giờ, chẳng có giống như vậy (9:23-24).

Vậy, Môi-se bèn giơ gậy mình ra trên xứ Ê-díp-tô, thì Đức Giê-hô-va dẫn ngọn gió đông thổi trên xứ suốt ngày và đêm đó; qua sáng mai gió đông dẫn cào cào đến. Cào cào tràn cả xứ Ê-díp-tô, và sa xuống trong địa hạt xứ ấy nhiều vô số. Trước kia chẳng bao giờ có bằng số đó, sau nầy cũng chẳng hề sẽ có bằng như vậy (10:13-14).

Những bậc làm cha mẹ nào thật sự yêu thương con cái mình sẽ chẳng bỏ qua việc kỷ luật hay đánh đít con cái mình. Ấy là ước muốn của các bậc làm cha mẹ để dẫn dắt con cái mình vào con đường công chính.

Khi con cái chẳng chịu nghe lời quở trách của cha mẹ, đôi khi họ phải dùng đến roi vọt hầu cho con cái mình sẽ ghi nhớ trong lòng. Song nỗi đau trong lòng cha mẹ thường lớn hơn nỗi đau trên thân thể của con cái.

Đức Chúa Trời của tình yêu thương đôi khi cũng ngoảnh mặt để cho phép tai vạ hay những hoạn nạn xảy đến hầu cho những con cái yêu dấu của họ có thể ăn năn và xoay khỏi con đường tội lỗi.

Tai Vạ Mưa Đá

Đức Chúa Trời có thể giáng vạ nặng nề ngay từ đầu để khiến Pha-ra-ôn phải đầu phục. Nhưng Ngài đã nhẫn nại và chịu đựng trong một thời gian dài. Ngài bày tỏ quyền năng, để khiến Pha-ra-ôn và quần thần người nhận biết Ngài là Đức Chúa Trời, khởi đầu bằng một tai vạ nhỏ.

Nếu bây giờ, ta đã giơ tay ra hành hại ngươi bịnh dịch, thì ngươi cùng dân ngươi đều bị diệt khỏi đất rồi. Nhưng vì cớ nầy ta để ngươi còn sống, là cho ngươi thấy quyền năng của ta, hầu cho danh ta đồn khắp cả thiên hạ. Nếu ngươi còn cản trở, không để cho dân ta đi, thì mai, tại giờ nầy, ta sẽ làm một đám mưa đá lớn, đến đỗi tại xứ Ê-díp-tô từ khi khai sáng cho đến ngày nay chẳng có đám mưa nào giống như vậy (Xuất Ê-díp-tô-ký 9:15-18).

Các tai vạ mỗi ngày càng nặng nề thêm, nhưng Pha-ra-ôn vẫn lên mình nghịch lại dân Y-sơ-ra-ên, chẳng chịu cho họ đi. Bấy giờ, Đức Chúa Trời cho phép xảy ra tai vạ thứ bảy, tai vạ mưa đá.

Qua Môi-se, Đức Chúa Trời đã cho Pha-ra-ôn biết rằng sẽ có mưa đá lớn chưa từng thấy trên xứ Ê-díp-tô kể từ ngày nó lập quốc. Đức Chúa Trời đã ban cho con người và thú vật trên đồng những cơ hội để ẩn nấp. Ngài cảnh báo trước rằng nếu bất kỳ con người hay súc vật nào ở bên ngoài, thì sẽ bị thiệt mạng bởi mưa đá.

Một số tôi tớ của Pha-ra-ôn biết sợ lời Đức Giê-hô-va đã cho đầy tớ và bầy gia súc mình tìm nơi ẩn náu trong nhà. Song nhiều kẻ khác chẳng biết sợ lời Ngài nên chẳng thèm để tâm đến.

Còn kẻ nào chẳng chú ý về lời Đức Giê-hô-va, thì để đầy tớ và súc vật mình ở ngoài đồng (Xuất Ê-díp-tô-ký 9:21).

Ngày hôm sau Môi-se giơ gậy mình lên trời, Đức Chúa Trời đã khiến sấm sét và mưa đá xảy đến. Lửa giáng xuống đất. Chắc hẳn có rất nhiều người, súc vật, cây cỏ ngoài đồng đã bị tàn diệt. Thật là một tai vạ nặng nề biết dường nào!

Song, Xuất Ê-díp-tô-ký 9:31-32 chép rằng, *"Và, trong lúc*

đó, lúa mạch trổ bông, cây gai có hoa, nên lúa mạch và gai bị đập nát; còn lúa mì và tiểu mạch trổ muộn, nên không bị đập." Nên, sự hư hại chỉ một phần.

Khắp nơi trên đất Ê-díp-tô đều khốn đốn với hư hại nặng nề vì mưa đá và lửa, song tại đất Gô-sen chẳng hề có như vậy.

Ý Nghĩa Thuộc Linh của Tai Vạ Mưa Đá

Thông thường, mưa đá xảy ra cách bất ngờ. Mưa đá thường không xảy ra trên diện rộng, song thường xảy ra trên những khu vực tương đối hẹp và cục bộ.

Do vậy, tai vạ mưa đá tượng trưng cho những sự nghiêm trọng trong một bộ phận nào đó, song không phải trong mọi phương diện.

Có mưa đá và lửa sa xuống tàn diệt người và súc vật. Cây cỏ ngoài đồng bị hư hại, nên thức ăn không còn nữa. Ấy là sự thiệt hại nặng về tài sản vì những tai vạ thình lình.

Người ta có thể phải đối diện với mất mát lớn vì cớ hỏa hoạn nơi công sở hay nơi làm ăn. Các thành viên trong gia đình có thể mắc bệnh hay gặp nạn, sự ấy có thể tốn cả gia tài để chăm sóc người bị nạn.

Giả sử có một người đã từng trung tín với Chúa, song bắt đầu quá bận tâm đến công việc làm ăn của mình mà đôi khi bỏ qua các buổi thờ phượng trong ngày Chúa Nhật. Rồi sau thì không còn giữ ngày Chúa nữa.

Vì cớ nầy mà Đức Chúa Trời không thể che chở anh ta, để rồi anh ta phải đối diện với những khó khăn lớn trong công việc làm ăn của mình. Anh ta cũng có thể đối diện với tai nạn thình lình hay một căn bệnh nào đó mà có thể tốn hết cả cơ nghiệp. Loại tai vạ nầy giống như tai vạ mưa đá.

Hầu hết người ta xem sự giàu có mình quan trọng ngang với mạng sống họ. Trong 1 Ti-mô-thê 6:10 có chép rằng sự tham tiền là cội rễ của mọi tội ác. Chính vì lòng thèm khát tiền bạc đã dẫn đến giết người, cướp giật, bắt cóc, bạo lực, cùng nhiều loại tội phạm khác. Đôi khi, tình huynh đệ bị đổ vỡ, nhiều cuộc cãi lẫy xảy ra giữa những người xóm giềng vì cớ tiền bạc. Nguyên nhân chính xảy ra xung đột giữa các quốc gia cũng bắt đầu từ lợi nhuận vật chất, vì họ tìm kiếm đất đai và tài nguyên.

Ngay cả một số Cơ Đốc Nhân cũng không thể vượt qua nổi sự cám dỗ của tiền bạc, nên họ không thể giữ được Ngày Chúa để làm ngày thánh, hoặc họ không dâng phần mười cách xứng đáng. Vì không có một đời sống Cơ Đốc Nhân đúng đắn, họ ngày càng xa cách với sự cứu rỗi.

Giống như mưa đá tàn phá hầu hết lương thảo, tai vạ mưa đá tượng trưng cho sự tàn hại nặng về tài sản của con người là thứ được xem như chính mạng sống của họ. Song, mưa đá chỉ sa xuống một số khu vực nhất định, nên người ta sẽ không phải bị mất hết tài sản của mình.

Qua sự thật nầy, chúng ta cũng có thể cảm nhận được tình yêu của Đức Chúa Trời. Nếu như mất sạch hết cơ nghiệp, mọi thứ chúng ta có, bấy giờ chúng ta có thể tuyệt vọng mà tự vẫn. Bởi vậy, ban đầu Đức Chúa Trời chỉ cho phép đụng đến một phần.

Dẫu chỉ là một phần, nhưng tầm ảnh hưởng của nó đủ mạnh và quan trọng để khiến chúng ta có thể đi đến một sự nhận biết nào đó. Đặc biệt, mưa đá sa xuống xứ Ê-díp-tô không chỉ là những mẩu nước đá nhỏ bé, mà là rất to, và tốc độ rơi cũng khá lớn.

Thậm chí ngày nay nếu có tin tức tường thuật rằng mưa đá to như quả bóng, thì gây nên sự báo động và sửng sốt đối với nhiều người. Mưa đá sa trên xứ Ê-díp-tô bởi quyền năng đặc biệt của Đức Chúa Trời, đồng thời sa xuống cùng với lửa. Ấy là một sự kiện vô cùng kinh khiếp.

Tai vạ mưa đá đổ trên đầu họ vì cớ sự gian ác chồng chất của Pha-ra-ôn. Nếu lòng chúng ta ương ngạnh và cứng rắn, chúng ta có thể phải đối mặt với tai vạ tương tự.

Tai vạ Cào Cào

Cây cỏ bị tàn hại, súc vật và ngay cả con người cũng bị chết vì mưa đá. Cuối cùng Pha-ra-ôn đã nhận biết được tội mình.

Pha-ra-ôn bèn truyền đòi Môi-se và A-rôn mà phán rằng: "Lần nầy trẫm đã phạm tội; Đức Giê-hô-va là công bình; trẫm cùng dân sự trẫm là kẻ phạm tội" (Xuất Ê-díp-tô-ký 9:27).

Pha-ra-ôn vội vàng ăn năn và yêu cầu Môi-se khiến cho ngừng mưa đá.

Hãy cầu nguyện Đức Giê-hô-va, hầu cho tan sấm sét và mưa đá; rồi trẫm sẽ tha cho các ngươi đi, không đợi lâu nữa đâu (Xuất Ê-díp-tô-ký 9:28).

Môi-se biết rằng Pha-ra-ôn vẫn chưa chịu thay đổi ý định mình, nhưng để cho người biết về Đức Chúa Trời hằng sống và rằng cả thế gian đều nằm trong bàn tay Ngài, Môi-se giơ tay lên trời.

Theo sự cầu xin của Môi-se, vừa khi mưa, sấm sét, và mưa đá qua đi, Pha-ra-ôn liền đổi ý. Vì cớ người chẳng xoay bỏ tự đáy lòng mình, người lại cứng lòng nữa và không tha cho dân sự Y-sơ-ra-ên đi.

Các thuộc hạ của Pha-ra-ôn cũng cứng lòng nữa. Bấy giờ Môi-se và A-rôn cho chúng biết rằng sẽ có tai vạ cào cào như Đức Chúa Trời đã phán, và cảnh báo rằng ấy sẽ là một trong những tai vạ lớn nhất từ trước đến nay chưa hề có.

Chúng sẽ phủ rợp trên mặt đất, người ta chẳng còn thấy đất nữa (Xuất Ê-díp-tô-ký 10:5).

Chỉ đến bấy giờ các thuộc hạ Pha-ra-ôn mới sợ hãi và tâu cùng vua rằng, *"Hãy tha dân ấy đi, để chúng nó hầu việc Giê-hô-va Đức Chúa Trời chúng nó! Bệ hạ há chưa biết rằng nước Ê-díp-tô đã bị nguy vong sao?"* (Xuất Ê-díp-tô-ký 10:7).

Theo lời các quần thần, Pha-ra-ôn bèn cho đòi Môi-se và A-rôn nữa. Môi-se nói rằng, chúng tôi đi, sẽ đem theo nam phụ lão ấu và chiên bò theo, vì về phần chúng tôi, ấy là một lễ của Đức Giê-hô-va. Pha-ra-ôn cho rằng Môi-se và A-rôn có mưu ác thì bèn đuổi họ đi.

Thế rồi Đức Chúa Trời đã cho phép xảy ra tai vạ thứ tám, tai vạ cào cào.

> *Đức Giê-hô-va bèn phán cùng Môi-se rằng: "Hãy giơ tay ngươi ra trên xứ Ê-díp-tô, đặng khiến cào cào tràn lên khắp xứ đó, cắn xả rau cỏ và mọi vật chi trên đất mưa đá còn chừa lại"* (Xuất Ê-díp-tô-ký 10:12).

Khi Môi-se làm theo những gì Đức Chúa Trời đã phán, thì Ngài dẫn ngọn gió đông thổi lên xứ suốt ngày và đêm đó; qua sáng mai, gió đông đã dẫn cào cào đến.

Cào cào nhiều vô số đến đỗi phủ kín cả đất. Chúng ăn sạch hết thảy những cây cỏ của xứ Ê-díp-tô mà mưa đá còn chừa lại, khiến trên xứ nầy không còn một màu xanh nào.

> *Trẫm đã phạm tội cùng Giê-hô-va Đức Chúa Trời các ngươi, và cùng các ngươi nữa. Nhưng bấy giờ xin xá tội cho trẫm lần nầy; và hãy cầu giùm Giê-hô-va Đức Chúa Trời các ngươi, hầu cho ít nữa Ngài khiến xa trẫm cái vạ chết nầy* (Xuất Ê-díp-tô-ký 10:16-17).

Khi lo lắng của người hiện rõ, Pha-ra-ôn vội cho đòi Môi-se và A-rôn để yêu cầu khiến chận đứng tai vạ.

Khi Môi-se đi ra cầu nguyện cùng Đức Chúa Trời, thì có một cơn gió đông rất mạnh đùa hết cào cào xuống Biển Đỏ. Trên khắp xứ Ê-díp-tô bấy giờ không còn cào cào nữa. Nhưng thậm chí đến lần nầy, Pha-ra-ôn vẫn rắn lòng và không tha cho dân Y-sơ-ra-ên đi.

Ý Nghĩa Thuộc Linh của Tai Vạ Cào Cào

Một cá thể cào cào chỉ là một thứ côn trùng bé nhỏ, nhưng khi họp lại thành đàn, ấy là sự tàn phá. Trong chốc lát, Ê-díp-tô hầu như bị tàn rụi bởi cào cào.

> *Cào cào tràn lên khắp cả xứ Ê-díp-tô, và sa xuống trong địa hạt xứ ấy nhiều vô số. Trước kia chẳng bao giờ có bằng số đó, sau cũng chẳng hề sẽ có bằng như vậy. Cào cào phủ khắp mặt đất của cả xứ, và xứ thành ra tối tăm, cắn xả các rau cỏ ngoài đồng cùng trái cây mà mưa đá còn chừa lại; trong khắp xứ Ê-díp-tô; chẳng còn chút xanh tươi cho cây cối hay là cho cỏ rau ở ngoài đồng ruộng nữa (Xuất Ê-díp-tô-ký 10:14-15).*

Ngay cả ngày nay, chúng ta có thể thấy loại đám đông nầy tại Châu Phi hay Ấn Độ. Đàn cào cào trải rộng đến 40km và có độ dày đến 8km. Hàng trăm triệu con họp lại như một đám mây, chúng không chỉ ăn sạch mùa màng mà còn ăn sạch tất cả cây cỏ và lá xanh; chúng không chừa lại chút xanh tươi nào.

Sau tai vạ mưa đá, vẫn còn một vài thứ sót lại. Lúa mì và tiểu mạch trổ muộn nên không bị nát. Vả lại, cũng có một số quần thần của Pha-ra-ôn là những kẻ e sợ lời Đức Chúa Trời khiến các đầy tớ và đàn súc vật của mình ẩn trốn trong nhà, nên chúng chẳng bị hại gì.

Cào cào là giống có thể xem chẳng có gì đáng sợ, nhưng sự tàn hại của nó thì nặng nề hơn tai vạ mưa đá rất nhiều. Chúng ăn sạch những thứ còn sót lại.

Như vậy, tai vạ cào cào nói đến thảm họa mà sau đó chẳng còn lại thứ gì, cất hết cơ nghiệp và tài sản của con người. Nó không chỉ phá hủy gia đình mà còn cả nơi công sở và công việc làm ăn nữa.

Không như tai vạ mưa đá là tai vạ chỉ gây thiệt hại một phần, tai vạ cào cào tàn phá mọi thứ và làm cho không còn sót lại một thứ gì. Nói cách khác, người ta sẽ bị phá sạch về tài chánh.

Ví dụ, vì cớ vỡ nợ, người ta có thể mất hết cơ nghiệp và gia đình phải phân tán. Người ta cũng có thể đau đớn với căn bệnh dai dẳng và tiêu tốn hết sản nghiệp mình. Cũng có người có thể lâm vào cảnh nợ nần chồng chất vì sự lầm đường lạc lối của con cái.

Khi liên tục đối mặt với tai họa, một số người nghĩ rằng chúng có thể là một vài trường hợp ngẫu nhiên nào đó, song trước mặt Đức Chúa Trời chẳng có sự gì là ngẫu nhiên. Khi người ta đối mặt với hư hại hay bệnh tật nào đó, ắt có nguyên do của nó.

Nếu các tín hữu phải đối mặt với những tai họa nầy, thì sự ấy có ý nghĩa gì? Khi nghe lời Chúa và người ta nhận biết được ý chỉ của Ngài, người ta phải giữ lấy lời ấy. Song nếu họ cứ vẫn còn làm ác như những kẻ chẳng tin, họ chẳng thể tránh khỏi tai.

Nếu sau một vài lần Đức Chúa Trời tỏ mình qua một số dấu lạ nhưng họ vẫn không nhận biết Ngài, thì Chúa sẽ ngoảnh mặt khỏi họ. Bấy giờ, một căn bệnh nào đó có thể trở thành dịch lệ, hay ung nhọt và vỡ miệng ra. Sau đó, họ sẽ đối mặt với những tai vạ như tai vạ mưa đá hay tai vạ cào cào.

Nhưng những kẻ khôn sáng sẽ nhận biết rằng ấy là tình yêu của Đức Chúa Trời khiến họ nhận biết tội lỗi mình. Khi đối mặt với những tai họa nhỏ, họ liền ăn năn và thoát khỏi những tai vạ lớn.

Có câu chuyện thật rằng, một người nọ phải khốn đốn với khó khăn lớn vì có lần anh ta đã chọc giận Đức Chúa Trời. Một ngày kia, vụ hỏa hoạn đã khiến anh ta đã lâm vào cảnh nợ nần chồng chất. Vợ anh ta không thể chịu nổi với áp lực từ phía các chủ nợ và nảy sinh ý định tự vẫn. Tuy nhiên, họ kịp thời nhận biết Đức Chúa Trời và bắt đầu tham gia vào hội thánh. Sau một cuộc hội ý với tôi, họ cầu nguyện và làm theo lời Chúa. Họ làm hài lòng Chúa qua những công việc tự nguyện trong hội thánh. Bấy giờ những khó khăn của họ đã được giải quyết dần, và họ đã chẳng còn phải khốn đốn với những chủ nợ nữa. Hơn thế, họ đã trả xong được nợ nần. Thậm chí họ có thể xây dựng được một tòa thương mại và mua được một ngôi nhà.

Tuy nhiên, sau khi qua khỏi mọi khó khăn và nhận được nhiều phước hạnh, họ đã tthay lòng đổi dạ. Họ quên ân sủng Đức Chúa Trời và trở lại làm như những kẻ chẳng tin.

Một ngày nọ, một phần của tòa nhà mà người chồng có được bị sụp đổ vì nạn lũ lụt. Cũng gặp lại hỏa hoạn nữa, về mặt tài chánh, người đã mất hết mọi thứ. Lần nữa, người lại lâm vào cảnh nợ nần chồng chất, họ phải trở về quê mình nơi thôn dã. Nhưng người cũng còn mắc phải bệnh đái đường và sinh ra biến chứng.

Giống như trong trường hợp nầy, nếu không còn gì để mất nữa sau khi đã cố hết sức bằng đủ cách với sự hiểu biết và khôn ngoan của mình, chúng ta phải đến trước Chúa với tấm lòng khiêm nhường. Khi dựa trên lời Chúa để ngẫm nghĩ về chính mình, ăn năn tội lỗi, và xoay khỏi, thì những sự cũ sẽ qua đi.

Nếu chúng ta có đức tin để đến trước Chúa và phó mọi sự trong tay Ngài, Đức Chúa Trời của tình yêu thương là Đấng chẳng bẻ gãy cây sậy bị giập sẽ tha thứ và phục hồi chúng ta. Nếu xoay khỏi tội lỗi và sống trong sự sáng, Đức Chúa Trời sẽ đem chúng ta trở lại sự thịnh vượng và ban phước cho bội phần.

Chương 6

Tai Vạ về Sự Tối Tăm và Giết Hại Con Đầu Lòng

Xuất Ê-díp-tô-ký 10:22-12:36

Vậy Môi-se giơ tay mình lên trời, bèn có sự tối tăm rất dày trong ba ngày tại xứ Ê-díp-tô; trong ba ngày đó người ta không thấy nhau được, không ai nhóm khỏi chỗ mình được. Nhưng trong chốn dân Y-sơ-ra-ên thì có ánh sáng cho họ (10:22-23).

Và, khi giữa đêm Đức Giê-hô-va hành hại mọi con đầu lòng xứ Ê-díp-tô, từ thái tử của Pha-ra-ôn ngồi trên ngai mình cho đến con cả người bị tù, và hết thảy con đầu lòng của súc vật. Đương lúc ban đêm, Pha-ra-ôn, quần thần cùng hết thảy người Ê-díp-tô đều chờ dậy; có tiếng kêu la inh ỏi trong xứ Ê-díp-tô, vì chẳng có một nhà nào là không có người chết (12:29-30).

Trong Kinh Thánh, chúng ta có thể thấy rằng khi đối mặt với khó khăn, người ta ăn năn trước Chúa và được Ngài vùa giúp.

Đức Chúa Trời sai tiên tri Ngài đến với Vua Ê-xê-chia của Vương Quốc Giu-đa mà rằng, "Ngươi sẽ chết và chẳng được sống nữa." Nhưng vua đã đổ nước mắt ra mà hết lòng cầu nguyện, thì sự sống của người được thêm lên.

Ni-ve là thủ phủ của xứ A-sia, là một xứ thù nghịch với Y-sơ-ra-ên. Khi dân sự xứ nầy nghe theo lời của Đức Chúa Trời qua tiên tri Ngài, họ hết lòng ăn năn tội lỗi mình và đã thoát khỏi sự hủy diệt.

Cũng vậy, Đức Chúa Trời ban thương xót cho những kẻ hối cải và quay trở lại. Ngài dò xét những kẻ tìm kiếm ân huệ Ngài và gia ân trên họ.

Pha-ra-ôn đã khốn đốn với đủ thứ tai vạ vì sự gian ác của mình, song người đã ngoan cố cho đến cùng mà chẳng chịu xoay bỏ tội lỗi mình. Người càng cứng lòng, thì tai vạ đến càng nặng nề hơn.

Tai Vạ về Sự Tối Tăm

Một số người nói rằng nếu thất bại, họ chẳng muốn sống nữa. Họ cậy sức riêng mình. Pha-ra-ôn thuộc tiếp người như vậy. Ông tự coi mình là thần, do vậy ông không muốn nhìn nhận Đức Chúa Trời.

Ngay cả sau khi nhìn thấy cả xứ Ê-díp-tô bị tàn phá, người

cũng chẳng chịu thả cho dân Y-sơ-ra-ên đi. Người làm như thế đánh trận với Đức Chúa Trời. Bấy giờ Đức Chúa Trời cho phép tai vạ về sự tối tăm xảy ra.

> *Vậy Môi-se giơ tay mình lên trời, bèn có sự tối tăm rất dày trong ba ngày tại xứ Ê-díp-tô; trong ba ngày đó người ta không thấy nhau được, không ai nhớm khỏi chỗ mình được. Nhưng trong chốn dân Y-sơ-ra-ên thì có ánh sáng cho họ* (Xuất Ê-díp-tô-ký 10:22-23).

Sự tối tăm dày đến mức người ta không thể nhìn thấy nhau. Không ai có thể đi ra khỏi nơi mình ở trong ba ngày liền. Làm sao chúng ta có thể nói hết nỗi sợ hãi và khó khăn mà người ta phải đối mặt trong ba ngày?

Sự tối tăm dày đặc trùm lên cả xứ Ê-díp-tô, nên người ta phải bước đi trong sự đui mù, nhưng trong Gô-sen, nơi dân Y-sơ-ra-ên ở, thì có ánh sáng cho họ.

Pha-ra-ôn cho đòi Môi-se và nói rằng, người sẽ để cho dân Y-sơ-ra-ên đi. Nhưng người bảo cùng Môi-se rằng hãy để bầy chiên và bầy bò lại, chỉ được mang theo các con trai và con gái. Thật ra đây là thâm ý của Pha-ra-ôn nhằm giữ người Y-sơ-ra-ên lại.

Nhưng Môi-se tâu rằng họ phải dùng mấy con thú đó để làm của lễ cho Đức Chúa Trời, và rằng họ không thể để lại bất kỳ một con nào vì họ chẳng biết lấy gì mà làm của hiến tế dâng lên cho Đức Chúa Trời.

Pha-ra-ôn lại trở nên giận dữ mà ngăm đe Môi-se rằng, "Đừng

trở lại cho ta thấy mặt nữa!Vì ngày nào các ngươi thấy mặt ta lần nữa, ngày đó các ngươi phải chết!"

Môi-se dạn dĩ đáp rằng,"Bệ hạ nói phải lắm; tôi chẳng hề thấy mặt bệ hạ nữa đâu!" rồi người cáo lui.

Ý Nghĩa Thuộc Linh của Tai Vạ về Sự Tối Tăm

Ý nghĩa thuộc linh của tai vạ về sự tối tăm ấy là sự tối tăm về thuộc linh, và có ý nói đến tai vạ trước sự chết.

Chính là trường hợp mà người bệnh không thể lành được vì căn bệnh đã trở nên quá nặng. Đây là thứ tai vạ đến trên những kẻ chẳng chịu ăn năn thậm chí sau khi mất hết cả sản nghiệp là thứ mà người ta xem như chính sự sống mình.

Đứng trước cửa tử thần giống như đứng trên bờ vực của một vách đá trong đêm tối đen như mực và không có lối nào để thoát khỏi điều đã biết trước.Về mặt thuộc linh, vì cớ người ta đã lìa bỏ Đức Chúa Trời, và đã quay lưng hẳn với đức tin mình, ân huệ của Chúa không còn trên anh ta nữa, và đời sống thuộc linh của anh ta đã chết.Song, lòng trắc ẩn của Đức Chúa Trời vẫn còn ở trên người và chẳng cất mạng sống người đi.

Trong trường hợp của kẻ chẳng tin, người ta có thể đối mặt với loại tình cảnh nầy vì cớ người ta không tin nhận Đức Chúa Trời, cho dù sau khi khốn đốn với đủ thứ tai vạ.Trong trường hợp của những người đã tin, vì cớ người ta không vâng giữ lời Chúa, và phạm hết tội nầy đến tội khác.

Chúng ta thường thấy một số người đã tiêu hết sản nghiệp mình để chữa trị bịnh tình của họ nhưng rồi chỉ để chờ chết. Ấy là những kẻ lâm vào tai vạ tối tăm.

Họ cũng khốn đốn với căn bệnh loạn thần kinh chức năng, như ngã lòng, mất ngủ, và suy sụp tinh thần. Họ cảm thấy vô vọng và khó khăn trong khi cứ phải tiếp tục sự tồn tại qua từng ngày.

Nếu họ nhận biết, ăn năn, và xoay khỏi tội lỗi mình, Đức Chúa Trời sẽ ban ơn thương xót và cất sự tai hại đau đớn ra khỏi họ.

Nhưng trong trường hợp của Pha-ra-ôn, người đã thậm chí ngày càng thêm cứng lòng mà chống nghịch lại Đức Chúa Trời đến cùng. Cũng giống như ngày nay, có một số kẻ ương ngạnh đến mức gặp phải bất kỳ khó khăn nào, họ cũng chẳng chịu đến với Chúa. Thậm chí khi người nhà mình bị lâm trọng bệnh, mất hết sản nghiệp, mạng sống lâm nguy, song họ vẫn chẳng muốn ăn năn trước mặt Đức Chúa Trời.

Nếu cứ tiếp tục chống nghịch Đức Chúa Trời ngay cả trong giữa những tai ách, thì cuối cùng tai vạ về sự chết sẽ giáng trên chúng ta.

Tai Vạ Giết Hại Con Đầu Lòng

Đức Chúa Trời cho Môi-se biết công việc tiếp theo trong Xuất Ê-díp-tô-ký.

Ta sẽ giáng cho Pha-ra-ôn và xứ Ê-díp-tô một tai vạ nữa; đoạn người sẽ tha các ngươi đi khỏi đây. Khi người định tha đi, thì sẽ đuổi các ngươi ra khỏi đây. Vậy, hãy nói cùng dân sự và dặn rằng, mỗi người bất luận nam hay nữ phải xin kẻ lân cận mình những đồ bằng bạc và bằng vàng (Xuất Ê-díp-tô-ký 11:1-2).

Môi-se đứng trước tình huống mất mạng nếu người lại phải đến trước mặt Pha-ra-ôn nữa, song người lại vẫn đến trước mặt Pha-ra-ôn để truyền lại ý chỉ của Đức Chúa Trời.

Hết thảy con trưởng nam trong xứ Ê-díp-tô sẽ chết, từ thái tử của Pha-ra-ôn ngồi trên ngai mình, cho đến con cả của người đòi ở sau cối, và luôn mọi con đầu lòng của súc vật nữa. Trong cả xứ Ê-díp-tô sẽ có tiếng kêu la inh ỏi, cho đến đỗi chưa hề có, và cũng sẽ chẳng bao giờ có giống như vậy nữa (Xuất Ê-díp-tô-ký 11:5-6).

Kế đến như lời tiên báo, trong đêm đó, hết thảy con đầu lòng không chỉ của Pha-ra-ôn và quần thần người mà mọi thần dân trong xứ Ê-díp-tô; cùng hết thảy bầy gia súc đều chết. Có sự kêu khóc dữ dội trong xứ, vì chẳng có nhà nào không có người chết. Vì cớ Pha-ra-ôn cứng lòng cho đến cùng và chẳng chịu xoay bỏ tai vạ giết hại đến trên họ.

Ý Nghĩa Thuộc Linh của Tai Vạ Giết Hại Con Đầu Lòng

Tai vạ giết hại con đầu lòng nói đến tình cảnh mà chính bản thân người ấy, hay người yêu quý nhất của anh ta, có thể là con của anh ta, hay một người nào đó trong gia đình bị chết, hay bị lâm vào sự hư mất hoàn toàn và không thể được cứu rỗi.

Chúng ta cũng có thể tìm thấy loại người như vậy trong Kinh Thánh.Vị Vua đầu tiên của Y-sơ-ra-ên, Sau-lơ không làm theo lời Chúa đã phán dặn rằng hãy tiêu diệt mọi thứ ở A-ma-léc.Vả lại, chính người cũng đã tỏ ra kiêu ngạo khi tự dâng của lễ lên cho Đức Chúa Trời, là việc mà chỉ có các thầy tế lễ mới được phép làm.Cuối cùng, người đã bị Đức Chúa Trời ruồng bỏ.

Trong hoàn cảnh nầy, lẽ ra người phải nhận biết tội lỗi mình và ăn năn, trái lại người đã cố tìm cách lấy mạng Đa-vít, kẻ thuộc hạ trung tín của mình.Khi dân sự ủng hộ Đa-vít người ngày càng lún sâu thêm vào ác tưởng rằng Đa-vít sẽ dấy loạn chống nghịch lại mình.

Vậy nên, ngay cả lúc Đa-vít đương gẩy đàn hạt cho người, Sau-lơ đã ném thương để sát hại Đa-vít.Ông cũng đã đưa Đa-vít vào cuộc chiến mà người không sao thắng nổi. Ông cũng sai binh lính mình đến tận nhà Đa-vít để sát hại người.

Hơn thế nữa, chỉ vì người ta ủng hộ Đa-vít,ông đã giết các thầy tế của Đức Chúa Trời.Người đã làm hết việc ác nầy đến việc ác khác.Cuối cùng người đã thất trận và chết thảm. Người đã dùng chính tay mình để tự kết liễu mạng sống mình.

Còn thầy tế lễ Hê-li và các con trai người thì sao? Hê-li là thầy tế lễ ở Y-sơ-ra-ên vào thời các quan xét,và đã làm gương tốt. Nhưng hai con trai người là Hóp-ni và Phi-nê-a là người gian tà, chẳng nhận biết Đức Chúa Trời (1 Sa-mu-ên 2:12). Vì cha chúng là thầy tế lễ, chúng cũng phải làm công việc phụng sự Đức Chúa Trời, song chúng đã xem thường công việc hiến tế lên cho Đức Chúa Trời.Chúng đã chạm tay vào thịt dùng làm của dâng trước khi được dâng lên cho Đức Chúa Trời, và thậm chí còn ăn nằm với những người nữ hầu việc ngoài cổng trại.

Nếu con cái lầm lạc, cha mẹ phải quở trách chúng, nếu chúng không nghe, cha mẹ phải thi hành những biện pháp nghiêm khắc hơn để ngăn chặn con cái mình.Ấy chính là bổn phận và tình yêu thương thật sự của những người làm cha mẹ. Dẫu vậy, Hê-li chỉ nói rằng, "Sao chúng bay làm như vậy? Đừng làm thế!"

Các con trai người chẳng xoay khỏi tội lỗi mình, để rồi rủa sả đã đổ trên đầu họ. Hai con trai người bị tử trận.

Khi nghe tin Hê-li ngã ra khỏi ghế mình gãy cổ mà chết. Ngoài ra, con dâu người cũng bị sốc trong khi vừa mới sinh con và cuối cùng thì tắt hơi.

Chỉ nhìn những trường hợp nầy, chúng ta có thể hiểu rằng sự rủa sả hay những cái chết bi thảm không chỉ đến một cách vô cớ.

Khi người ta sống theo cách bất tuân chống lại lời Chúa,

thì họ hay người nhà mình phải đối mặt với sự chết.Có một số người trở lại với Chúa chỉ sau khi nhìn thấy những cái chết như vậy.

Nếu họ không chịu từ bỏ ngay cả sau khi đối mặt với tai vạ về sự giết hại con đầu lòng, họ sẽ bị hư mất đời đời, và ấy là tai vạ lớn nhất. Thế thì, trước khi tai vạ đến, hoặc nếu khi tai vạ đã đến, anh chị em hãy ăn năn tội lỗi mình trước khi quá muộn.

Trong trường hợp của Pha-ra-ôn, chỉ sau khi phải chịu khốn đốn với hết thảy mười tai vạ thì người mới nhìn nhận Đức Chúa Trời trong sợ hãi mà để cho dân Y-sơ-ra-ên đi.

Trong đêm đó, Pha-ra-ôn bèn đòi Môi-se và A-rôn mà phán rằng: "Hai ngươi và dân Y-sơ-ra-ên hãy chờ dậy, ra khỏi giữa vòng dân ta mà đi hầu việc Đức Giê-hô-va, như các ngươi đã nói. Cũng hãy dẫn bò và chiên đi, như lời các ngươi đã nói, và cầu phước cho ta nữa" (Xuất Ê-díp-tô-ký 12:31-32).

Qua Mười Tai Vạ, Pha-ra-ôn đã lộ rõ tấm lòng chai lì của mình và buộc lòng phải tha cho dân Y-sơ-ra-ên đi. Song người liền hối tiếc. Người lại đổi ý nữa.Người đã sử dụng tổng binh lực mình cùng xe ngựa của Ê-díp-tô để truy đuổi dân Y-sơ-ra-ên.

Pha-ra-ôn bèn thắng xe và đem dân mình theo. Người đem sáu trăm xe thượng hạng và hết thảy xe trong xứ Ê-díp-tô, trên mỗi xe đều có chiến binh cả.

Đức Giê-hô-va làm cho Pha-ra-ôn của xứ Ê-díp-tô cứng lòng, đuổi theo dân Y-sơ-ra-ên; nhưng dân nầy đã đi một cách dạn dĩ (Xuất Ê-díp-tô-ký 14:6-8).

Thật quá đủ để đầu phục Đức Chúa Trời sau khi đã kinh nghiệm sự giết hại con đầu lòng, song người lại cảm thấy tiếc nuối về việc đã để cho dân Y-sơ-ra-ên đi. Người đã đích thân điều binh truy đuổi theo họ. Qua sự nầy, chúng ta có thể thấy rằng lòng dạ con người thật chai lì và xảo quyệt biết chừng nào. Cuối cùng, Đức Chúa Trời đã chẳng dung tha, không còn lựa chọ nào khác ngoài việc để cho chúng bỏ mạng trong Biển Đỏ.

Đức Giê-hô-va phán cùng Môi-se rằng: Hãy giơ tay ngươi ra trên biển, nước sẽ trở lấp người Ê-díp-tô, binh xa và lính kỵ của chúng nó, Môi-se bèn giơ tay mình ra trên biển, lối sáng mai, nước trở lấp phủ đáy biển lại, người Ê-díp-tô chạy trốn bị nước chận; vậy, Đức Giê-hô-va xô họ xuống giữa biển. Thế thì, nước trở lại bao phủ binh xa, lính kỵ của cả đạo binh Pha-ra-ôn đã theo dân Y-sơ-ra-ên xuống biển, chẳng còn sót lại một ai (Xuất Ê-díp-tô-ký 14:26-28).

Ngay cả ngày nay, những kẻ ác sẽ van xin thêm một cơ hội khi bị lâm vào tình thế khó khăn. Nhưng khi đã có được điều mình đã xin rồi, chúng bèn trở mặt làm ác nữa. Khi sự ác cứ tiếp tục như vậy, cuối cùng chúng sẽ đối diện với sự chết.

Đời Sống Bất Tuân và Đời Sống Vâng Phục

Có một điều quan trọng chúng ta cần hiểu rõ, khi chúng ta làm sai và nhận ra, chớ thêm vào sự ác đó với bất kỳ sự ác nào khác, nhưng hãy bước đi trong sự công chính.

1 Phi-e-rơ 5:8-9 nói rằng, *"Hãy tiết độ và tỉnh thức; kẻ thù nghịch anh em là ma quỉ, như sư tử rống, đi rình mò chung quanh anh em, tìm kiếm người nào có thể nuốt được. Hãy đứng vững trong đức tin mà chống cự nó, vì biết rằng anh em mình ở rải khắp thế gian, cũng đồng chịu hoạn nạn như mình."*

1 Giăng 5:18 cũng nói rằng, *"Chúng ta biết rằng ai sanh bởi Đức Chúa Trời, thì chẳng phạm tội; nhưng ai sanh bởi Đức Chúa Trời, thì tự giữ lấy mình, ma quỉ chẳng làm hại người được."*

Vậy nên, nếu không phạm tội mà trọn lòng sống bởi lời Chúa, thì Ngài sẽ che chở chúng ta với thiên nhãn chói sáng, bởi vậy chúng ta sẽ chẳng phải lo lắng gì.

Chung quanh chúng ta có rất nhiều người phải đối mặt với đủ thứ hoạn nạn, nhưng thậm chí họ không hiểu tại sao mình phải đối diện với nhiều khó khăn như vậy. Vả lại, chúng ta cũng thấy có nhiều anh em tín hữu đang phải khốn đốn với gian nan. Một số thì đối diện với tai vạ về huyết hay muỗi mòng, một số khác thì đối diện với tai vạ mưa đá hay cào cào. Cũng có một số khác đối diện với sự hành hại con đầu lòng, và hơn thế nữa, có người đối diện với việc bị chôn vùi trong nước.

Vậy nên, anh chị em chớ nên sống bất tuân như Pha-ra-ôn mà hãy có một đời sống vâng phục, hầu cho anh chị em sẽ chẳng phải đối diện với bất kỳ một tai vạ nào trong những tai vạ nầy.

Ngay cả nếu chúng ta rơi vào hoàn cảnh không sao tránh khỏi phải đối diện với tai vạ về sự hành hại con đầu lòng hay tai vạ về sự tối tăm, chúng ta vẫn có thể được tha nếu chúng ta kịp ăn năn và xoay bỏ khỏi tội lỗi. Giống như binh lính Ê-díp-tô đã bị chôn vùi trong Biển Đỏ, nếu chúng ta còn chần chừ thêm nữa mà không chịu quay trở lại, thì sẽ đến lúc chúng ta thấy mọi sự đã quá muộn.

Đời Sống
Vâng Phục

Nếu các ngươi nghe theo tiếng phán của Giê-hô-va Đức Chúa Trời ngươi cách trung thành, cẩn thận làm theo mọi điều răn của Ngài, mà ta truyền cho các ngươi ngày nay, thì Giê-hô-va Đức Chúa Trời ngươi sẽ ban cho ngươi sự trổi hơn mọi dân trên đất. Nếu ngươi nghe theo tiếng phán của Giê-hô-va Đức Chúa Trời ngươi, này là mọi phước lành sẽ giáng xuống trên mình ngươi: Ngươi sẽ được phước trong thành, và được phước ngoài đồng ruộng. Bông trái của thân thể ngươi, hoa quả của đất ruộng ngươi, sản vật của sinh súc ngươi, luôn với lứa đẻ của bò cái và chiên cái ngươi, đều sẽ được phước; cái giỏ và cái thùng nhồi bột của ngươi đều sẽ được phước! Ngươi sẽ được phước trong khi đi ra, và sẽ được phước trong khi đi vào.
(Phục Truyền luật lệ ký 28:1-6)

Chương 7

Lễ Vượt Qua và Con Đường Cứu Rỗi

Xuất Ê-díp-tô-ký 12:1-11

Tại xứ Ê-díp-tô, Đức Giê-hô-va phán cùng Môi-se và A-rôn rằng; "Tháng nầy định làm tháng đầu cho các ngươi, tức là tháng giêng trong quanh năm. Hãy nói cho toàn hội chúng Y-sơ-ra-ên rằng: Đến ngày mồng mười tháng nầy, mỗi gia trưởng tùy theo nhà mình phải bắt một con chiên con" (1-3).

"Đoạn để dành đến ngày mười bốn tháng nầy; rồi cả hội chúng Y-sơ-ra-ên sẽ giết nó, vào lối chiều tối.Họ sẽ lấy huyết đem bôi trên hai cây cột và mày cửa của nhà nào ăn thịt chiên con đó. Đêm ấy họ sẽ ăn thịt chiên quay với bánh không men và rau đắng. Chớ ăn thịt nửa chín nửa sống hay là luộc trong nước, nhưng phải quay trên lửa cả đầu, giò, với bộ lòng. Các ngươi chớ để chi còn lại cho đến sáng mai; nếu còn lại, hãy thiêu đi. Vậy, ăn thịt đó phải như vầy: Dây lưng cột, chân mang giày, tay cầm gậy, ăn hối hả; ấy là Lễ Vượt Qua của Đức Giê-hô-va" (6-11).

Cho đến tận bấy giờ, chúng ta có thể thấy rằng Pha-ra-ôn và các quần thần người cứ tiếp tục trong đời sống chống nghịch lại lời của Đức Chúa Trời.

Kết quả của sự đó, những tai vạ không đáng kể đã xảy ra trên khắp xứ Ê-díp-tô. Khi họ tiếp tục bất tuân, nhiều bệnh tật đã giáng xuống, sản nghiệp họ tiêu tan, và ruốt cuộc họ phải bỏ mạng.

Ngược lại, mặc dầu cùng sống trên xứ Ê-díp-tô, tuyển dân Đức Chúa Trời là Y-sơ-ra-ên chẳng hề phải khốn đốn với một tai họa nào.

Khi Đức Chúa Trời đánh vào sự sống trong xứ Ê-díp-tô với tai vạ cuối cùng, dân Y-sơ-ra-ên chẳng bị tổn hại đến một sinh mạng nào. Ấy là vì Đức Chúa Trời đã cho dân Y-sơ-ra-ên biết được con đường cứu rỗi.

Điều nầy không chỉ áp dụng cho dân Y-sơ-ra-ên hàng ngàn năm về trước, mà cũng vẫn còn áp dụng cho chúng ta giống như vậy trong ngày hôm nay.

Con Đường Để Tránh Khỏi Tai Vạ về Sự Giết Hại Con Đầu Lòng

Trước khi xảy ra tai vạ về sự giết hại con đầu lòng trên xứ Ê-díp-tô, Đức Chúa Trời phán bảo cùng dân Y-sơ-ra-ên con đường để tránh khỏi tai vạ đó.

Hãy nói cho toàn hội chúng Y-sơ-ra-ên rằng, "Đến

ngày mồng mười tháng nầy, mỗi gia trưởng tùy theo nhà mình phải bắt một con chiên con" (Xuất Ê-díp-tô-ký 12:3).

Khởi đầu từ tai vạ về huyết cho đến tai vạ về sự tối tăm, dân Y-sơ-ra-ên chẳng tự ý mình làm điều gì, Đức Chúa Trời che chở họ với quyền năng của Ngài. Song trước tai vạ cuối cùng, Đức Chúa Trời muốn dân Y-sơ-ra-ên thể hiện một số việc làm bày tỏ sự vâng phục.

Ấy là bắt một con chiên con và lấy huyết đem bôi trên hai cây cột và mày cửa nhà nào ăn thịt chiên con đó, và ăn thịt chiên quay trên lửa tại trong nhà. Đây là dấu để phân biệt dân sự của Chúa khi Ngài giết hại hết thảy con đầu lòng của cả người và súc vật trong xứ Ê-díp-tô.

Vì cớ tai vạ cuối cùng đã vượt qua nhà nào có huyết của chiên con, người Do Thái ngày nay vẫn còn kỷ niệm ngày nầy làm ngày Lễ Vượt Qua, ngày mà họ đã được thoát khỏi sự chết.

Ngày nay, Lễ Vượt Qua là một ngày lễ lớn nhất của người Do Thái. Họ ăn thịt chiên, bánh không men và rau đắng để kỷ niệm ngày nầy. Điều nầy sẽ nói rõ hơn trong chương 8.

Bắt Một Con Chiên Con

Đức Chúa Trời bảo họ bắt một con chiên con, vì về mặt ý nghĩa thuộc linh, chiên con tượng trưng Chúa Giê-su Christ.

Nói chung, những ai tin nhận Đức Chúa Trời đều được gọi

là 'chiên con' của Ngài. Nhiều người nghĩ rằng 'chiên con' là nói đến 'kẻ mới tin,' nhưng trong Kinh Thánh 'chiên con' là nói đến Đức Chúa Giê-su Christ.

Trong Giăng 1:29, Giăng Báp-tít chỉ về phía Chúa Giê-su mà rằng *"Kìa, Chiên con của Đức Chúa Trời, là Đấng cất tội lỗi thế gian đi!"* 1 Phi-e-rơ 1:18-19 nói rằng, *"Vì biết rằng chẳng phải bởi vật hay hư nát như bạc hoặc vàng mà anh em đã được chuộc khỏi sự ăn ở không ra chi của tổ tiên truyền lại cho mình, bèn là bởi huyết báu của Đấng Christ, như huyết của chiên con không tì không vít."*

Phẩm hạnh và việc làm của Chúa Giê-xu nhắc nhở chúng ta về một con chiên con hiền lành. Ma-thi-ơ 12:19-20 cũng nói rằng, *"Người sẽ chẳng cãi lẫy, chẳng kêu la, và chẳng ai nghe được tiếng người ngoài đường cái. Người sẽ chẳng bẻ cây sậy đã gãy, chẳng tắt ngọn đèn gần tàn, cho đến chừng nào người khiến sự công bình được thắng."*

Cũng giống như chiên chỉ nghe tiếng của chủ mình và đi theo người, Chúa Giê-su chỉ vâng theo Đức Chúa Trời với lời đáp, 'Dạ Vâng' và 'Amen' (Khải Huyền 3:14). Cho đến khi chết trên thập tự giá, Ngài cũng chỉ muốn làm trọn ý chỉ của Đức Chúa Trời (Lu-ca 22:42).

Chiên cho chúng ta bộ lông mềm mại, cùng sữa và thịt với chất bổ dưỡng cao. Tương tự như vậy, Chúa Giê-su cũng ban cho chúng ta một của lễ cứu chuộc để làm hòa giữa chúng ta với Đức Chúa Trời khi Ngài đổ hết nước và huyết mình trên thập tự.

Bởi đó, nhiều chỗ trong Kinh Thánh ví Chúa như chiên con. Khi Đức Chúa Trời chỉ dẫn dân Y-sơ-ra-ên trong phong tục của ngày Lễ Vượt Qua, Ngài cũng chỉ dẫn họ cách dự phần trong việc ăn thịt chiên con cách tường tận.

> *Nếu nhà ai ít người quá ăn không hết một chiên con, hãy chung cùng người rất lân cận mình; tùy theo số người; và hãy tính cho mỗi chiên con tùy sức người ăn hết. Các ngươi hãy bắt hoặc trong bầy chiên, hoặc trong bầy dê, chiên con đực hay là dê con đực, tuổi giáp niên, chẳng tì vít chi* (Xuất Ê-díp-tô-ký 12:4-5).

Nếu nghèo quá, hoặc nhà không đủ người để ăn hết một con chiên, người ta có thể bắt một con hoặc trong bầy chiên, hoặc trong bầy dê, và có thể chia sẻ con đó với một gia đình lân cận. Chúng ta có thể cảm nhận được tình yêu tinh tế của Đức Chúa Trời là Đấng giàu lòng thương xót.

Lý do Đức Chúa Trời bảo họ bắt một con chiên con đực hay dê con đực, tuổi giáp niên, chẳng tì vít là vì ấy là độ tuổi chưa giao phối nên có thịt ngon nhất. Vả lại, đối với con người, ấy là thời tuổi trẻ, thời tốt đẹp và trong sạch nhất.

Vì Đức Chúa Trời là thánh khiết trọn vẹn, Ngài bảo họ bắt lấy một con chiên ở độ tuổi giáp niên, độ tuổi tốt đẹp nhất.

Bôi Huyết và Chớ Ra Khỏi Nhà Cho Đến Sáng Mai

Đức Chúa Trời phán rằng họ phải bắt một con chiên tùy theo số người trong nhà mình. Trong Xuất Ê-díp-tô-ký 12:6 chúng ta thấy rằng họ không phải giết thịt con chiên ngay mà bèn là giữ nó trong bốn ngày, và sẽ giết thịt vào lúc chiều tối. Đức Chúa Trời ban cho họ một khoảng thời gian trong bốn ngày để chuẩn bị cho sự việc với tấm lòng thành thật của mình.

Tại sao Đức Chúa Trời bảo họ phải giết thịt chiên vào lúc chiều tối?

Công cuộc giáo hóa nhân loại khởi đầu từ khi A-đam bất tuân, nói chung có thể được chia làm ba thời kỳ. Từ A-đam đến Áp-ra-ham là khoảng 2.000 năm, và đây là thời kỳ đầu của công cuộc giáo hóa nhân loại. Trong sự tương quan với một ngày, thì đây là buổi sáng.

Sau đó, Đức Chúa Trời chọn Áp-ra-ham làm tổ phụ đức tin, và từ thời Áp-ra-ham cho đến khi Chúa Giê-su giáng thế, cũng khoảng 2.000 năm. Ấy là lúc ban ngày.

Từ khi Chúa Giê-xu giáng thế cho đến nay, cũng khoảng 2.000 năm. Đây là thời kỳ cuối cùng của công cuộc giáo hóa nhân loại và là buổi chiều tối (1 Giăng 2:18; Giu-đe 1:18; Hê-bơ-rơ 1:2; 1 Phi-e-rơ 1:5; 20).

Thời kỳ từ khi Chúa Giê-xu đến thế gian để cứu chuộc nhân loại khỏi tội lỗi qua sự chết của Ngài trên thập tự vì tội của chúng ta là thời kỳ cuối cùng của công cuộc giáo hóa nhân loại, và ấy chính là lý do tại sao Đức Chúa Trời bảo họ phải giết thịt chiên vào lúc chiều tối mà không phải là giữa ban ngày.

Kế đến, người ta phải bôi huyết chiên con lên hai cây cột và mày cửa nhà mình (Xuất Ê-díp-tô-ký 12:7). Về ý nghĩa thuộc linh, huyết chiên con nói đến huyết của Chúa Giê-xu Christ. Đức Chúa Trời bảo họ phải bôi huyết trên hai cây cột và mày cửa vì chúng ta được cứu bởi huyết của Chúa Giê-xu. Bằng cách đổ huyết và chết trên cây thập tự, Chúa Giê-xu đã cứu chuộc chúng ta khỏi tội lỗi mình và cứu lấy sự sống chúng ta; đây chính là ý nghĩa thuộc linh được ngụ ý đến.

Vì đây là huyết thánh cứu chuộc tội lỗi chúng ta, nên người ta không được bôi lên ngưỡng cửa là nơi mà người ta bước chân qua lại, nhưng chỉ bôi lên hai cột và mày cửa.

Chúa Giê-su phán rằng, *"Ta là cái cửa; nếu ai bởi ta mà vào, thì sẽ được cứu rỗi; họ sẽ vào ra và gặp đồng cỏ"* (Giăng 10:9). Như đã nói, tai vạ giết hại con đầu lòng xảy đến đương lúc ban đêm, hết thảy nhà nào không có huyết đều có xảy ra chết chóc, nhưng những nhà nào có bôi huyết thì được cứu khỏi.

Nhưng cho dù người ta có bôi huyết chiên lên nhà mình, mà đi ra khỏi nhà thì cũng không thể được cứu (Xuất Ê-díp-tô-ký 12:22). Nếu họ đi ra khỏi nhà, thì có nghĩa rằng họ không can hệ gì đến giao ước của Đức Chúa Trời, và họ đã phải đối mặt với tai vạ về sự giết hại con đầu lòng.

Về ý nghĩa thuộc linh, ra khỏi nhà tượng trưng cho sự tối tăm không có can hệ gì đến Đức Chúa Trời. Ấy là thế gian giả dối. Đồng thể ấy, ngày nay, cho dù tin nhận Chúa, nếu lìa bỏ Ngài thì chúng ta không thể được cứu.

Ăn Thịt Chiên Quay và Không Để Lại Chút Gì

Trong nhà hết thảy người Ê-díp-tô đều có sự chết chóc, và có tiếng kêu khóc lớn. Bắt đầu từ nhà của Pha-ra-ôn, kẻ chẳng hề biết sợ Đức Chúa Trời là gì, thậm chí sau rất nhiều công việc đầy quyền năng của Ngài được tỏ ra cùng hết thảy người Ê-díp-tô, tiếng kêu khóc dữ dội vang lên giữa đêm khuya vắng lặng.

Nhưng đến sáng mai, người Y-sơ-ra-ên vẫn chưa ra khỏi nhà. Họ chỉ ăn thịt chiên con theo lời Đức Chúa Trời phán dặn. Vì sao họ đã phải ăn thịt chiên con vào lúc ban đêm? Điều nầy chứa đựng một ý nghĩa thuộc linh sâu nhiệm.

Trước khi A-đam ăn trái cây biết điều thiện và điều ác, người sống dưới sự cai quản của Đức Chúa Trời là Chúa sự sáng, nhưng từ khi người bất tuân và ăn trái cấm, người đã trở thành nô lệ của tội lỗi. Tại điều nầy, mà hết thảy hậu tự người, toàn bộ nhân loại, đã phải chịu dưới sự cầm quyền của kẻ thù là Sa-tan và ma quỉ, kẻ cầm quyền sự tối tăm. Vậy nên, thế gian nầy là thế gian của sự tối tăm hay ban đêm.

Giống như người Y-sơ-ra-ên đã phải ăn thịt chiên con vào ban đêm, chúng ta là loài có sinh linh trong thế gian tối tăm, chúng ta phải ăn thịt Con Người, lời Đức Chúa Trời là Chúa sự sáng, và uống huyết Người, hầu cho chúng ta có thể nhận lãnh được sự cứu rỗi. Đức Chúa Trời đã phán dặn họ cách tỏ tường về cách ăn thịt chiên. Họ đã phải ăn thịt chiên với bánh không men và rau đắng (Xuất Ê-díp-tô-ký 12:8).

Men là một loại nấm là thứ được sử dụng để làm cho bột bánh mì dậy lên, men khiến cho thức ăn trở nên ngon hơn và mềm hơn. Bánh không men kém ngon hơn bánh có men.

Vì đây là một hoàn cảnh rất nguy cập, đứng giữa sự sống và sự chết, Đức Chúa Trời cho họ ăn thịt chiên với bánh không men ít ngon hơn cùng với rau đắng để họ ghi nhớ đến ngày nầy.

Vả lại, trong ý nghĩa thuộc linh, men nói đến tội lỗi và sự ác. Do đó, 'ăn bánh không men' tượng trưng cho việc chúng ta phải từ bỏ tội lỗi và sự ác để nhận lấy sự cứu rỗi của sự sống.

Đức Chúa Trời bảo họ chớ ăn thịt nửa sống nửa chín hay luộc trong nước, nhưng phải quay trên lửa cả đầu, giò, với bộ lòng (Xuất Ê-díp-tô-ký 12:9).

Ở đây, 'ăn thịt chưa chín' có nghĩa là thông giải lời Chúa theo nghĩa đen.

Ví dụ, Ma-thi-ơ 6:6 nói rằng, *"Song khi các ngươi cầu nguyện, hãy vào phòng riêng, đóng cửa lại, rồi cầu nguyện Cha ngươi, ở nơi kín nhiệm đó; Cha ngươi, là Đấng thấy trong chỗ kín nhiệm, sẽ thưởng cho ngươi."* Nếu thông giải câu nầy theo nghĩa đen, chúng ta phải vào trong phòng, đóng cửa lại và cầu nguyện. Nhưng trong Kinh Thánh chúng ta chẳng thấy có thánh đồ nào đi vào trong phòng đóng cửa lại để cầu nguyện.

Theo ý nghĩa thuộc linh, 'đi vào trong phòng và cầu nguyện' có nghĩa rằng chúng ta không được có tư tưởng lười nhác, mà bèn là cầu nguyện với trọn cả tấm lòng mình.

Trong khẩu phần chúng ta, nếu ăn thịt chưa chín, chúng ta có thể bị nhiễm khuẩn từ những ký sinh trùng và có thể bị đau bụng. Nếu hiểu lời Chúa theo nghĩa đen, chúng ta sẽ dẫn đến hiểu nhầm và khiến phải gặp nan đề. Kế đến, chúng ta không thể có đức tin thuộc linh, điều nầy thậm chí đưa chúng ta đi xa sự cứu rỗi hơn.

'Luộc trong nước' có nghĩa là 'thêm triết lý, khoa học, y học, hoặc ý tưởng của con người vào lời Chúa.' Nếu luộc thịt trong nước, nước thịt sẽ ngấm ra nước và sẽ bị mất nhiều chất bổ dưỡng. Cũng vậy, nếu chúng ta thêm kiến thức đời nầy vào lời của lẽ thật, chúng ta có thể có đức tin theo kiểu lý trí, mà không thể có đức tin thuộc linh. Bởi vậy, nó chẳng đưa chúng ta đến sự cứu rỗi.

Vậy, quay thịt chiên trên lửa có ý nghĩa gì?

Ở đây, 'lửa' là tượng trưng cho 'lửa của Đức Thánh Linh.' Ấy là, lời của Đức Chúa Trời được viết ra trong sự soi dẫn của Đức Thánh Linh, thế thì, khi chúng ta nghe, đọc lời đó, chúng ta phải làm trong sự đẩy trọn và sự soi dẫn của Đức Thánh Linh. Bằng chẳng vậy, thì ấy chỉ là kiến thức đơn thuần, và chúng không thể trở thành linh lương được.

Để ăn được lời Chúa quay trên lửa, ắt hẳn chúng ta phải cầu nguyện nóng cháy. Sự cầu nguyện giống như dầu, và là nguồn mang lại cho chúng ta sự đầy trọn của Đức Thánh Linh. Khi chúng ta ăn lời Đức Chúa Trời với sự soi dẫn của Đức Thánh Linh, chúng ta có thể cảm nhận được sự ngọt ngào hơn cả mật ong. Có nghĩa rằng chúng ta lắng nghe lời Chúa với sự khao khát như nai kia khát khao dòng nước mát. Vậy nên, chúng ta thấy rằng việc lắng nghe lời Chúa thật quý báu biết dường nào, và chúng ta sẽ chẳng bao giờ thấy chán.

Khi lắng nghe lời Đức Chúa Trời, nếu chúng ta sử dụng ý tưởng con người, hay kinh nghiệm và kiến thức riêng của mình, chúng ta không thể hiểu được nhiều.

Ví dụ, Đức Chúa Trời bảo chúng ta rằng: Nếu ai vả má bên hữu ngươi, hãy đưa má bên kia cho họ luôn; nếu ai muốn kiện ngươi đặng lột cáo áo vắn, hãy để họ lấy luôn cái áo dài nữa; nếu ai muốn bắt ngươi đi một dặm đường, hãy đi hai dặm với họ. Ai xin của ngươi, hãy cho, ai muốn mượn của ngươi, thì đừng trớ. Các ngươi có nghe lời phán rằng: Hãy yêu người lân cận, và hãy ghét kẻ thù nghịch mình. Song ta nói cùng các ngươi rằng: Hãy yêu kẻ thù nghịch, và cầu nguyện cho kẻ bắt bớ ngươi, hãy hạ mình và phục vụ người khác (Ma-thi-ơ 5:39-44).

Bởi vậy chúng ta phải bẻ gãy hết những ý tưởng riêng của mình và ăn lời Chúa chỉ với sự soi dẫn của Đức Thánh Linh. Chỉ như vậy thì lời Chúa mới trở thành sự sống và sức lực của chúng ta, nhờ đó chúng ta có thể quăng xa hết mọi sự giả dối và sẽ được dẫn dắt đến con đường của sự sống đời đời.

Nói chung, thịt quay trên lửa thì có mùi vị ngon hơn, và ấy cũng là cách để tránh sự nhiễm trùng. Đồng thể ấy, kẻ thù là ma quỉ và Sa-tan không thể làm gì được đối với những ai ăn lời Chúa theo cách thiêng liêng với sự cảm nhận ngọt ngào hơn cả mật ong.

Hơn nữa, Đức Chúa Trời bảo họ ăn cả đầu, giò và bộ lòng. Điều nầy có nghĩa rằng, chúng ta phải học hết 66 sách trong Kinh Thánh, không bỏ một sách nào.

Kinh Thánh chứa đựng sự khởi thủy của công cuộc sáng tạo và sự tiên liệu của công cuộc giáo hóa nhân loại. Hơn thế, Kinh Thánh hàm chứa tiên chỉ sự cứu rỗi đã được giấu kín từ trước vô cùng. Kinh Thánh chứa đựng tiên chỉ của Đức Chúa Trời.

Thế thì, 'ăn cả đầu, giò, và bộ lòng' có ý nghĩa rằng chúng ta phải học hiểu Kinh Thánh cách trọn vẹn từ đầu đến cuối – từ Sáng Thế đến Khải Huyền.

Chớ Để Chi Còn Lại Cho Đến Sáng Mai, Ăn Cách Hối Hả

Dân Y-sơ-ra-ên ăn thịt chiên quay trên lửa tại nhà mình, và họ chẳng để lại gì đến sáng mai, vì Xuất E-díp-tô-ký 12:10 nói rằng, *"Các ngươi chớ để chi còn lại cho đến sáng mai; nếu còn lại, hãy thiêu đi."*

'Buổi sáng' là lúc bóng tối bị xua tan đi và ánh sáng đến. Về mặt thuộc linh, buổi sáng nói tới sự hiện đến lần hai của Chúa. Khi Ngài đã trở lại rồi, chúng ta không còn có thể chuẩn bị dầu cho mình được nữa (Ma-thi-ơ 25:1-13), vậy thì, chúng ta phải học hiểu lời Chúa cách siêng năng và làm theo những gì chúng ta đã học được trước khi Chúa Giê-su trở lại.

Vả lại, một đời người chỉ khoảng 70 hay 80 năm, chúng ta chẳng biết khi nào thì sự sống chúng ta sẽ qua đi. Vậy, chúng ta phải siêng năng học hiểu lời chúa trong mọi lúc.

Dân sự Y-sơ-ra-ên đã phải rời khỏi Ê-díp-tô sau khi tai vạ về sự giết hại con đầu lòng xảy ra, và do vậy, Đức Chúa Trời đã bảo họ phải ăn cách hối hả.

Vậy, ăn thịt đó phải như vầy: Dây lưng cột, chân mang giày, tay cầm gậy, ăn hối hả; ấy là Lễ Vượt Qua của Đức Giê-hô-va (Xuất Ê-díp-tô-ký 12:11).

Có nghĩa rằng họ phải sẵn sàng cho việc xuất hành với trang phục và giày dép đã mang sẵn. Dây lưng cột, chân mang giày có nghĩa rằng họ phải hoàn toàn sẵn sàng.

Để nhận được sự cứu rỗi qua Cứu Chúa Giê-su trong giữa thế gian nầy, là nơi giống như Ê-díp-tô đầy tai vạ và đau đớn, vương quốc thiên đàng, nơi giống miền đất hứa Ca-na-an, chúng ta cũng phải luôn luôn tỉnh thức và sẵn sàng.

Đức Chúa Trời cũng bảo họ cầm gậy trong tay. Về ý nghĩa thuộc linh, cây gậy tượng trưng cho 'đức tin.' Khi chúng ta bước đi hoặc leo núi, nếu có gậy trong tay, sẽ giúp chúng ta thấy an toàn và dễ dàng hơn, và chúng ta sẽ không bị ngã.

Lý do Môi-se được ban cho cây gậy là vì thời bấy giờ Môi-se chưa nhận lãnh được Thánh Linh vào lòng. Đức Chúa Trời ban gậy cho Môi-se là tượng trưng cho đức tin về mặt ý nghĩa thuộc linh. Ấy là cách để dân Y-sơ-ra-ên có thể kinh nghiệm được quyền phép của Đức Chúa Trời qua cây gậy là thứ được nhìn thấy bằng mắt thường, và công cuộc Xuất khỏi xứ Ê-díp-tô được hoàn thành.

Ngay cả ngày nay, để vào được vương quốc thiên đàng, chúng ta phải có đức tin thuộc linh. Chúng ta chỉ có thể đến với sự cứu rỗi khi tin nhận Chúa Cứu Thế Giê-su là Đấng vô tội đã chịu chết trên thập tự giá và đã sống lại. Chúng ta có thể đến với sự cứu rỗi trọn vẹn chỉ khi chúng ta làm theo lời Đức Chúa Trời qua việc ăn thịt và uống huyết của Chúa.

Hơn nữa, hiện nay là lúc cận kề với ngày Chúa trở lại hơn bao giờ hết. Do đó, chúng ta phải làm theo lời Chúa và cầu nguyện hết lòng hầu cho chúng ta được thắng luôn trong cuộc chiến chống lại quyền lực tối tăm.

> *Vậy nên, hãy lấy mọi khí giới của Đức Chúa Trời, hầu cho trong ngày khốn khổ, anh em có thể cự lại, và thắng hơn mọi sự, rồi anh em được đứng vững vàng. Vậy, hãy đứng vững, lấy lẽ thật làm dây nịt lưng, mặc lấy giáp bằng sự công bình, dùng sự sẵn sàng của tin lành bình an mà làm giày dép. Lại phải lấy thêm đức tin làm thuẫn, nhờ đó anh em có thể dập tắt được các tên lửa của kẻ dữ. Cũng hãy lấy sự cứu chuộc làm mão trụ, và cầm gươm của Đức Thánh Linh là lời Đức Chúa Trời (Ê-phê-sô 6:13-17).*

Chương 8

Lễ Cắt Bì và Tiệc Thánh

Xuất Ê-díp-tô-ký 12:43-50b

Đức Giê-hô-va phán cùng Môi-se và A-rôn rằng: "Đây là luật lệ về Lễ Vượt Qua" (43).
Nhưng ai không chịu cắt bì, thì chẳng được ăn đâu. (48).
"Đồng một luật cho người sanh trong xứ cùng khách ngoại bang nào đến kiều ngụ giữa các ngươi" (49).
Cũng trong ngày đó, Đức Giê-hô-va rút dân Y-sơ-ra-ên, tùy theo đội ra khỏi xứ Ê-díp-tô (50b).

Kỷ niệm Lễ Vượt Qua đã được gìn giữ cách lâu nhất trong sự liên tục trong lịch sử nhân loại, hơn 3.500 năm. Ấy là nền tảng của việc thiết lập quốc gia Y-sơ-ra-ên.

Trong tiếng Hê-bơ-rơ, Vượt Qua được viết là פסח (Pesach), có nghĩa là cho qua hay tha thứ cho một điều gì đó. Điều nầy có nghĩa rằng bóng của sự tối tăm đi ngang qua nhà người Y-sơ-ra-ên là những kẻ ở trong nhà có bôi huyết chiên con lên hai cột và mày cửa khi tai vạ về sự hành hại con đầu lòng xảy đến trong xứ Ê-díp-tô.

Ngay cả ngày nay, ở Y-sơ-ra-ên vào ngày Lễ Vượt Qua, người ta lau dọn nhà cửa sạch sẽ và dọn hết những bánh có men ra khỏi nhà. Thậm chí những con trẻ cũng dùng đèn pin để soi tìm dưới các đồ đạt thử xem có còn chút thức ăn hay bánh có men nào còn sót lại, để dọn cho sạch. Ngoài ra, mỗi nhà đều ăn tùy theo luật lệ của Lễ Vượt Qua. Người đứng đầu trong gia đình mang tiệc của Lễ Vượt qua ra để tưởng nhớ, và họ kỷ niệm công cuộc Xuất Hành.

"Tại sao chúng ta ăn Matzo (bánh không men) tối nay?"

"Tại sao chúng ta ăn Maror (rau đắng) tối nay?"

"Tại sao chúng ta ăn rau mùi sau khi nhúng vào nước muối hai lần? Tại sao chúng ta ăn rau đắng với Ha-rô-sét (Một thứ mức có màu đỏ, tượng trưng cho công việc nung gạch ở xứ Ê-díp-tô)?"

"Tại sao chúng ta nằm ngửa và ăn tiệc Lễ Vượt Qua?"

Người đứng đầu nghi lễ giảng giải tại sao họ đã phải ăn bánh không men vì họ đã phải rời khỏi xứ Ê-díp-tô trong sự hối hả. Ngoài ra, người ấy còn giải thích về việc ăn rau đắng để nhớ đến nỗi đau đớn với kiếp nô lệ tại xứ Ê-díp-tô, và ăn rau mùi sau khi nhúng vào nước muối hai lần để nhớ lại nước mắt họ đã đổ tại Ê-díp-tô.

Nhưng bấy giờ, vì tổ phụ họ đã được thoát khỏi cảnh nô lệ, họ ăn tiệc trong tư thế nằm ngửa để thể hiện sự tự do và vui mừng vì đã có sự trông cậy đương khi ăn. Khi người đứng đầu kể những câu chuyện về mười tai vạ trong xứ Ê-díp-tô, mỗi một thành viên trong gia đình ngậm một ít rượu trong miệng, mỗi khi tên của một tai vạ được nhắc đến, họ nhỏ rượu ấy ra khỏi miệng vào một cái tô riêng.

Lễ Vượt Qua đã xảy ra cách đây 3.500 năm trước, song qua thức ăn của Lễ Vượt Qua, ngay cả một con trẻ cũng có cơ hội để kinh nghiệm về công cuộc Xuất Hành đó. Người Do Thái vẫn còn tận mắt nhìn thấy tiệc nầy là điều mà Đức Chúa Trời đã thiết lập hàng ngàn năm trước.

Đây chính là sức mạnh của Cộng Đồng Người Do Thái, sức mạnh của những kẻ đã bị tản lạc khắp nơi trên thế giới, quay về tái thiết đất nước mình.

Phẩm Chất của Những Người Dự Phần Vào Lễ Vượt Qua

Trong đêm tai vạ hành hại con đầu lòng xảy ra trên Ê-díp-tô, dân Y-sơ-ra-ên được cứu khỏi nạn bằng cách làm theo lời Đức Chúa Trời. Nhưng để dự phần vào Lễ Vượt Qua, họ đã phải đáp ứng một điều kiện.

Đức Giê-hô-va phán cùng Môi-se và A-rôn rằng; "Đây là luật lệ về lễ Vượt Qua: Phàm người ngoại bang chẳng được ăn lễ đó. Còn về phần kẻ tôi mọi, là người bỏ tiền ra mua, ngươi hãy làm phép cắt bì cho, thì họ mới được ăn. Khách ngoại ban và kẻ làm thuê cũng chẳng được ăn lễ đâu. Lễ đó chỉ ăn nội trong nhà; ngươi đừng đem thịt ra ngoài, và cũng đừng làm gãy một cái xương nào. Hết thảy hội chúng Y-sơ-ra-ên phải giữ lễ Vượt Qua. Khi một khách ngoại bang nào kiều ngụ nhà ngươi, muốn giữ lễ Vượt Qua của Đức Giê-hô-va, thì mọi người nam của họ phải chịu phép cắt bì; đoạn họ mới được phép đến gần giữ lễ nầy, và được coi như người sanh trong xứ. Nhưng ai không chịu phép cắt bì, thì chẳng được ăn đâu. Cũng đồng một luật cho người sanh trong xứ cùng khách ngoại bang nào đến kiều ngụ giữa các ngươi" (Xuất Ê-díp-tô-ký 12:43-49).

Chỉ những kẻ chịu cắt bì mới được dự tiệc lễ Vượt Qua, vì sự cắt bì là một điều quan trọng trong đời sống, và có ý nghĩa thuộc linh liên quan đến sự cứu rỗi.

Phép cắt bì là sự cắt bỏ bao quy đầu của dương vật và được thực hiện vào ngày thứ tám kể từ ngày sanh của hết thảy các bé trai Y-sơ-ra-ên.

Sáng Thế ký 17:9-10 có chép rằng; *"Đoạn, Đức Giê-hô-va phán cùng Áp-ra-ham rằng: Phần ngươi cùng dòng dõi ngươi, từ đời nọ sang đời kia, sẽ giữ sự giao ước của ta. Mỗi người nam trong vòng các ngươi phải chịu phép cắt bì."*

Khi Đức Chúa Trời ban giao ước phước hạnh cho Áp-ra-ham, tổ phụ đức tin, Ngài bảo người phải chịu phép cắt bì để làm dấu hiệu của giao ước đó. Những kẻ không chịu cắt bì sẽ chẳng được ban phước cho.

> *Các ngươi phải chịu cắt bì; phép đó sẽ là dấu hiệu của sự giao ước giữa ta cùng các ngươi. Trải qua các đời, mỗi người nam trong vòng các ngươi, hoặc sanh đẻ tại nhà, hoặc đem tiền ra mua nơi người ngoại bang, chẳng thuộc về dòng giống ngươi, hễ lên được tám ngày rồi, đều phải chịu phép cắt bì. Chớ khá bỏ làm phép cắt bì cho ai sanh tại trong nhà ngươi, hay đem tiền ra mua về; sự giao ước của ta sẽ lập đời đời trong xác thịt của các ngươi vậy. Một người nam nào không chịu phép cắt bì nơi xác thịt mình, sẽ bị truất ra khỏi ngoài dân sự mình; người đó là kẻ bội lời giao ước* (Sáng Thế ký 17:11-14).

Vậy, tại sao Đức Chúa Trời truyền cho họ phải chịu cắt bì vào ngày thứ tám?

Sau chín tháng trong bụng mẹ thì em bé chào đời, thật chẳng dễ chút nào để bé có thể tự thích nghi với mọi thứ chung quanh bởi môi trường rất xa lạ. Các tế bào vẫn còn non yếu, nhưng sau bảy ngày, chúng trở nên quen thuộc với môi trường, song vẫn chưa được linh hoạt lắm.

Nếu bao quy đầu được cắt bỏ vào lúc nầy, thì sự đau đớn chỉ là rất ít, và vết cắt sẽ lành nhanh chóng. Nhưng sau khi đã lớn, da bao quy sẽ dai và sẽ rất đau.

Đức Chúa Trời khiến dân Y-sơ-ra-ên thực hiện phép cắt bì vào ngày thứ tám sau khi sinh, hầu cho sẽ rất có ích trong việc cải thiện điều kiện vệ sinh và sinh trưởng, đồng thời lấy đó làm dấu hiệu của giao ước Ngài.

Phép Cắt Bì, Liên Quan Trực Tiếp với Cuộc Sống

Xuất Ê-díp-tô-ký 4:24-26 có chép rằng, *"Vả, đương khi đi đường, Đức Giê-hô-va hiện ra trước mặt Môi-se nơi nhà quán, và kiếm thế giết người đi. Sê-phô-ra lấy con dao bằng đá, cắt dương bì của con mình, và quăng dưới chân Môi-se, mà nói rằng: Thật, chàng là huyết lang cho tôi! Đức Giê-hô-va tha chồng; nàng bèn nói rằng: Huyết lang! là vì cớ phép cắt bì."*

Bởi đâu Đức Chúa Trời tìm giết Môi-se?

Nếu hiểu được sự sinh ra và lớn lên của Môi-se, thì chúng ta có thể hiểu được điều nầy. Lúc bấy giờ, hòng tiêu diệt hết dân Y-sơ-ra-ên, một chiếu chỉ phải giết hết các bé trai sơ sinh của người Hê-bơ-rơ được ban ra.

Trong thời gian nầy, mẹ Môi-se đem giấu người đi. Cuối cùng bà đã đem đặt người vào một cái thúng chai rồi đem để bên bờ sông Nin. Bởi sự tiên liệu của Đức Chúa Trời, người đã được công chúa Ê-díp-tô nhìn thấy và người đã trở thành hoàng tử với tư cách là con trai nuôi của công chúa. Bởi đó người chẳng có cơ hội để được cắt bì.

Mặc dầu được gọi là người dẫn đầu công cuộc Xuất Hành, song người chưa được cắt bì. Ấy là lý do tại sao thiên sứ của Đức Chúa Trời tìm giết người. Như vậy, sự cắt bì có liên quan trực tiếp với sự sống; nếu kẻ nào không chịu cắt bì, thì chẳng có can hệ gì với Đức Chúa Trời.

Hê-bơ-rơ 10:1 có chép, *"Vả, luật pháp chỉ là hình bóng của sự tốt lành về sau, không có hình thật của các vật."* Luật pháp ở đây nói đến Cựu Ước, và 'sự hầu đến' là Tân Ước, ấy là Tin Lành đến qua Chúa Cứu Thế Giê-xu.

Hình bóng và hình thật là một, chúng không thể tồn tại riêng biệt nhau. Bởi vậy, mạng lệnh của Đức Chúa Trời về sự cắt bì trong thời Cựu Ước là điều mà người ta phải loại bỏ khỏi dân sự Chúa những kẻ không chịu cắt bì. Điều nầy vẫn còn áp dụng tương tự đối với chúng ta ngày nay.

Dẫu vậy, ngày nay không như thời Cựu Ước, chúng ta không phải chịu phẫu thuật cắt bì xác thịt, mà ấy là sự cắt bì lòng mình.

Sự Cắt Bì Xác Thịt và Sự Cắt Bì Lòng

Rô-ma 2:28-29 nói rằng, *"Vì người nào chỉ bề ngoài là người Giu-đa, thì không phải là người Giu-đa, còn phép cắt bì làm về xác thịt ở ngoài, thì không phải là phép cắt bì; nhưng bề trong là người Giu-đa mới là người Giu-đa, phép cắt bì bởi trong lòng, làm theo cách thiêng liêng, không theo chữ nghĩa, mới là phép cắt bì thật. Một người Giu-đa như vậy được khen ngợi, chẳng phải bởi loài người, bèn là bởi Đức Chúa Trời."* Sự cắt bì xác thịt chỉ là hình bóng, và hình thật của nó trong Tân Ước ấy là sự cắt bì lòng, và đây là điều đem đến cho chúng ta sự cứu rỗi.

Trong thời Cựu Ước, người ta chưa nhận được Đức Thánh Linh, và người ta không thể loại bỏ sự giả dối ra khỏi lòng mình. Do vậy, họ tỏ rằng mình thuộc về Chúa qua sự cắt bì xác thịt. Nhưng trong thời Tân Ước, khi tin nhận Chúa Cứu Thế Giê-xu, thì Đức Thánh Linh ngự vào lòng, và Đức Thánh Linh vừa giúp chúng ta sống bởi lẽ thật hầu cho có thể quăng xa những điều giả dối ra khỏi lòng mình.

Để cắt bì lòng theo cách nầy, ấy là làm theo mạng lệnh trong Cựu Ước để cắt bì xác thịt. Đó cũng là một cách giữ ngày lễ Vượt Qua.

Hãy tự cắt bì lòng mình cho Đức Giê-hô-va, và cất dương bì khỏi lòng ngươi (Gie-rê-mi 4:4).

Cắt dương bì khỏi lòng có ý nghĩa gì? Ấy là giữ hết thảy mọi lời mà Đức Chúa Trời truyền dạy – những điều phải làm, những điều không làm, những điều phải giữ, hay những điều phải quăng xa.

Chúng ta không làm những điều Đức Chúa Trời bảo chúng ta chớ làm, như "Chớ thù ghét, chớ đoán xét hay buộc tội, chớ trộm cắp, và chớ phạm tội ngoại tình." Ngoài ra chúng ta cũng phải quăng xa và vâng giữ những điều Ngài phán dặn chúng ta phải quăng xa và vâng giữ, như "Hãy quăng xa mọi sự ác, giữ ngày Sa-bát, giữ các điều răn của Đức Chúa Trời."

Ngoài ra, chúng ta phải làm những điều Ngài bảo chúng ta làm, như "Rao giảng phúc âm, cầu nguyện, tha thứ, yêu thương, v.v." Làm vậy, chúng ta cất đi những sự giả dối, xấu xa, bất trung, bất kính, và tối tăm ra khỏi lòng mình để khiến nó trở nên thanh sạch, khi đó chúng ta sẽ được đổ đầy lẽ thật.

Cắt Bì Lòng và Sự Cứu Rỗi Trọn Vẹn

Vào thời Môi-se, lễ Vượt Qua được thiết lập để dân Y-sơ-ra-ên thoát khỏi sự giết hại con đầu lòng trước cuộc Xuất Hành. Do vậy, điều nầy không có nghĩa rằng người ta sẽ được cứu luôn chỉ nhờ việc dự phần vào lễ Vượt Qua.

Ví bằng họ được cứu bởi lễ Vượt Qua, thì hết thảy người Y-sơ-ra-ên khi đã ra khỏi xứ Ê-díp-tô, đều có thể được vào ngay xứ Ca-na-an, nơi đượm sữa và mật.

Nhưng sự thật cho thấy rằng những người trưởng thành ngoại trừ Giô-suê và Ca-lép, những người trên 20 tuổi vào thời Xuất Hành, đã chẳng bày tỏ đức tin và việc làm vâng phục. Họ là những kẻ thuộc thế hệ phải ở trong đồng vắng trong bốn mươi năm và chết ở đó, mà chẳng thấy được đất hứa Ca-na-an.

Ngày nay cũng vậy, cho dù chúng ta tin nhận Cứu Chúa Giê-xu, và trở thành con cái Đức Chúa Trời, song chưa trọn vẹn và không được đảm bảo luôn. Điều nầy chỉ có nghĩa rằng chúng ta mới bước vào ranh giới của sự cứu rỗi.

Vậy nên, cũng giống như bốn mươi năm thử thách là cần thiết để dân Y-sơ-ra-ên vào được xứ Ca-na-an, để nhận được sự cứu rỗi đời đời, chúng ta cần phải trải qua tiến trình để được cắt bì bởi lời của Đức Chúa Trời.

Một khi tin nhận Chúa Giê-su Christ làm Cứu Chúa mình, chúng ta nhận lãnh Thánh Linh. Dẫu vậy, 'nhận lãnh Thánh Linh' không có nghĩa rằng lòng chúng ta sẽ được thanh sạch hoàn toàn. Chúng ta phải tiếp tục cắt bì lòng mình cho tới chừng nào đến được với sự cứu rỗi trọn vẹn. Chỉ khi chúng ta cầm giữ được lòng mình, là nguồn sự sống, qua việc cắt bì lòng, chúng ta mới có thể đến được với sự cứu rỗi trọn vẹn.

Tầm Quan Trọng của Sự Cắt Bì Lòng

Chỉ khi chúng ta thanh tẩy tội lỗi và những sự ác bằng lời của Đức Chúa Trời và cắt bỏ chúng bằng gươm Đức Thánh Linh, chúng ta mới có thể trở nên con cái thánh khiết của Đức Chúa

Trời và khiến có một đời sống tự do khỏi mọi tai vạ.

Một lý do khác khiến chúng ta phải tiếp tục cắt bì lòng mình, ấy là để thắng hơn trong các cuộc chiến thuộc linh. Mặc dù không nhìn thấy được bằng mắt thường, nhưng những trận chiến ác liệt luôn xảy ra giữa những linh thiện thuộc Đức Chúa Trời và ác linh.

Ê-phê-sô 6:12 nói rằng, *"Vì chúng ta đánh trận, chẳng phải cùng thịt và huyết, bèn là cùng chủ quyền, cùng thế lực, cùng vua chúa của thế gian mờ tối nầy, cùng các thần dữ ở các miền trên trời vậy."*

Để giành được chiến thắng trong cuộc chiến thuộc linh nầy, chúng ta cần đến những lòng thanh sạch. Ấy là vì trong linh giới, sức mạnh nằm trong sự vô tội. Chính vì vậy mà Đức Chúa Trời mong muốn chúng ta cắt bì lòng mình, và Ngài đã phán dạy chúng ta rất nhiều lần về tầm quan trọng của sự cắt bì nầy.

> *Hỡi kẻ rất yêu dấu, ví bằng lòng mình không cáo trách, thì chúng ta có lòng rất dạn dĩ, đặng đến gần Đức Chúa Trời; và chúng ta xin điều chi mặc dầu, thì nhận được điều ấy, bởi chúng ta vâng giữ các điều răn của Ngài và làm những điều đẹp ý Ngài* (1 Giăng 3:21-22).

Để có những giải pháp cho những nan đề trong đời sống mình như bệnh tật và nghèo khó, chúng ta phải cắt bì lòng mình. Chỉ khi chúng ta có tấm lòng thanh sạch, chúng ta sẽ dạn dĩ trước Đức Chúa Trời và nhận lãnh lấy điều chi chúng ta cầu xin.

Lễ Vượt Qua và Tiệc Thánh

Cũng vậy, chỉ khi chúng ta chịu phép cắt bì, thì chúng ta mới có thể được dự phần trong lễ Vượt Qua. Điều nầy có liên quan đến Tiệc Thánh ngày nay. Lễ Vượt Qua là một bữa tiệc thịt cừu, còn Tiệc Thánh là ăn bánh và uống rượu, là điều tượng trưng cho thịt và huyết của Chúa Giê-xu.

> *Đức Chúa Giê-xu bèn phán cùng họ rằng: "Quả thật, quả thật, ta nói cùng các ngươi, nếu các ngươi không ăn thịt của con người, cùng uống huyết Ngài, thì chẳng có sự sống trong các ngươi đâu. Ai ăn thịt và uống huyết ta thì được sự sống đời đời; nơi ngày sau rốt, ta sẽ khiến người đó sống lại"* (Giăng 6:53-54).

'Con Người' ở đây nói đến Chúa Giê-xu, còn thịt của Con Người nói đến 66 sánh của Kinh Thánh. Ăn thịt của Con Người có nghĩa là ăn lời chân lý của Đức Chúa Trời được viết trong Kinh Thánh.

Vả lại, cũng giống như chúng ta cần chất lỏng để giúp tiêu hóa thức ăn, khi ăn thịt Con Người, chúng cũng cần uống để giúp tiêu hóa được tốt.

'Uống huyết Con Người' có nghĩa rằng thật sự tin và làm theo lời Đức Chúa Trời. Sau khi nghe và hiểu lẽ đạo, nếu không làm theo thì lời Đức Chúa Trời sẽ chẳng có ích gì cho chúng ta.

Khi hiểu và làm theo lời Đức Chúa Trời trong sáu mươi sáu

sách Kinh Thánh, thì lẽ thật sẽ thấm vào lòng chúng ta và thẩm thấu như chất bổ dưỡng được hấp thụ vào cơ thể. Kế đến, tội lỗi và sự ác sẽ trở thành chất thải bị đào thải ra ngoài, hầu cho chúng ta ngày càng trở nên con người đầy lẽ thật và đạt được sự sống đời đời.

Ví dụ, nếu chúng ta hấp thụ dưỡng chất của lẽ thật cái gọi là 'tình yêu' và thực hành điều đó, lẽ đạo nầy sẽ ngấm vào chúng ta như dưỡng chất. Những thứ đối nghịch với nó như thù hận, ganh ghét, ghen tỵ, sẽ trở nên chất thải và được bài tiết ra ngoài. Bấy giờ chúng ta sẽ có một tấm lòng yêu thương trọn vẹn.

Ngoài ra, khi lòng chúng ta được đổ đầy sự bình an và công chính, thì sự cãi lẫy, lý sự, bất hòa, oán giận, và sự bất công sẽ lánh khỏi.

Những Phẩm Hạnh để Dự Tiệc Thánh

Vào thời điểm Xuất Hành, những người đã chịu phép cắt bì thì có đủ tư cách để dự lễ Vượt Qua, để nhờ đó mà có thể thoát khỏi sự hành hại con đầu lòng. Ngày nay cũng vậy, khi tin nhận Chúa Giê-xu Christ làm Cứu Chúa mình và nhận lãnh Thánh Linh, chúng ta được ấn chứng là con cái Đức Chúa Trời, và chúng ta có quyền dự Tiệc Thánh.

Nhưng lễ Vượt Qua chỉ là sự cứu khỏi sự giết hại con đầu lòng. Họ vẫn còn phải tiến vào đồng vắng để có sự cứu rỗi trọn vẹn. Tương tự như vậy, cho dẫu chúng ta đã nhận lãnh Thánh Linh và có thể dự Tiệc Thánh, chúng ta vẫn cần phải trải qua tiến trình để nhận lãnh sự cứu rỗi để được sự sống đời đời. Từ khi bước vào con đường cứu rỗi bằng cách tin nhận Chúa Cứu Thế Giê-xu, chúng ta phải làm theo lời Đức Chúa Trời trong cuộc sống mình. Chúng ta phải tiến đến cửa thiên đàng và sự cứu rỗi đời đời.

Nếu phạm tội, chúng ta không thể dự Tiệc Thánh để ăn thịt và uống huyết thánh của Chúa được. Trước hết chúng ta phải nhìn lại chính mình, ăn năn mọi tội mà chúng ta đã phạm, thanh tẩy lòng mình để được dự vào Tiệc Thánh.

> *Bởi đó, ai ăn bánh và uống chén của Chúa cách không xứng đáng, thì sẽ mắc tội với thân và huyết của Chúa. Vậy mỗi người phải tự xét lấy mình, và như thế mới ăn bánh uống chén ấy; vì người nào không phân biệt thân Chúa mà ăn bánh uống chén đó, tức là ăn uống sự xét đoán cho mình (1 Cô-rinh-tô 11:27-29).*

Một số người cho rằng chỉ những ai đã chịu phép báp têm bằng nước thì mới có thể dự Tiệc Thánh. Nhưng khi chúng ta tin nhận Chúa Cứu Thế Giê-xu, thì chúng ta đã được nhận Thánh Linh là một sự ban cho. Hết thảy chúng ta đều có quyền trở thành con cái Đức Chúa Trời.

Vì vậy, nếu đã nhận lãnh Thánh Linh và trở thành con cái Đức Chúa Trời, thì chúng ta có thể dự phần vào Tiệc Thánh sau khi đã ăn năn tội mình, mặc dù chúng ta chưa được báp têm bằng nước.

Qua Tiệc Thánh, một lần nữa chúng ta nhớ đến ân huệ của

Chúa là Đấng đã chịu đóng đinh trên cây thập tự và huyết Ngài đổ ra vì chúng ta. Chúng ta hãy nhìn lại chính mình để rồi học biết và làm theo lời Đức Chúa Trời.

1 Cô-rinh-tô 11:23-25 nói rằng, *"Vả, tôi có nhận nơi Chúa điều tôi đã dạy cho anh em: Ấy là Đức Chúa Giê-su, trong đêm Ngài bị nộp, lấy bánh, tạ ơn, rồi bẻ ra mà phán rằng: Nầy là thân thể ta, vì các ngươi mà phó cho; hãy làm điều nầy để nhớ đến ta. Cũng một thể ấy, sau khi ăn bữa tối rồi, Ngài lấy chén mà phán rằng: Chén nầy là sự giao ước mới trong huyết ta; hễ khi nào các ngươi uống, hãy làm điều nầy để nhớ ta."*

Vậy nên, tôi khuyên giục anh chị em hãy nhận biết ý nghĩa đích thực của lễ Vượt Qua và Tiệc Thánh để rồi anh chị em sẽ sốt sắng trong việc ăn thịt và uống huyết của Chúa để nhờ đó mà chúng ta có thể quăng xa hết mọi điều ác và thực hiện sự cắt bì lòng cách trọn vẹn.

Chương 9

Xuất Ê-díp-tô và Lễ Bánh Không Men

Xuất Ê-díp-tô-ký 12:15-17

"Trong bảy ngày phải ăn bánh không men; vừa đến ngày thứ nhứt, hãy dẹp men khỏi nhà đi; vì hễ ai ăn bánh có men từ ngày thứ nhứt cho đến ngày thứ bảy, thì sẽ bị truất ra khỏi Y-sơ-ra-ên. Ngày thứ nhứt, sẽ có một sự nhóm hiệp thánh; qua ngày thứ bảy, các ngươi cũng sẽ có một sự nhóm hiệp thánh nữa. Trong mấy ngày đó chẳng nên làm công việc chi, chỉ lo sắm đồ ăn cho mỗi người cần ăn mà thôi. Vậy các ngươi hãy giữ lễ bánh không men, vì chính ngày đó ta rút quân đội các ngươi ra khỏi xứ Ê-díp-tô; nên chi, trải các đời phải giữ ngày đó như một lễ lập đời đời."

"Chúng Ta Hãy Tha Thứ, Song Chớ Quên."

Ấy là là một câu nói được viết tại lối vào Viện Bảo Tàng Yad Vashem Holocaust tại Giê-ru-sa-lem để nhớ lại sáu triệu người Do Thái đã bị Đức Quốc Xã sát hại trong Thế Chiến Thứ Hai, và để không lặp lại lịch sử ấy.

Lịch sử Y-sơ-ra-ên là lịch sử của sự tưởng nhớ. Trong Kinh Thánh, Đức Chúa Trời bảo họ hãy tưởng nhớ đến quá khứ, khắc ghi trong lòng, hãy giữ lấy trải các đời.

Sau khi người Y-sơ-ra-ên được cứu khỏi sự hành hại con đầu lòng bằng cách giữ lễ Vượt Qua và được đưa ra khỏi Ê-díp-tô, Đức Chúa Trời bảo họ hãy tuân giữ lễ Bánh Không Men. Ấy là để họ tưởng nhớ đời đời đến ngày mà họ được giải thoát khỏi kiếp nô lệ ở Ê-díp-tô.

Ý Nghĩa Thiêng Liêng của Cuộc Xuất Hành

Ngày Xuất Hành không chỉ là một ngày tự do mà dân Y-sơ-ra-ên đã giành lại được hàng ngàn năm trước.

Xứ 'Ê-díp-tô' là nơi mà dân Y-sơ-ra-ên đã sống kiếp lao tù, tượng trưng cho 'thế gian nầy' là thế giới dưới quyền của kẻ thù Sa-tan và ma quỉ. Giống như dân Y-sơ-ra-ên phải chịu ngược đãi và hành hạ trong lúc làm tôi mọi ở Ê-díp-tô, người ta phải khốn khổ với đau đớn và sầu thảm là thứ do kẻ thù là ma quỉ và Sa-tan mang đến khi họ không biết đến Đức Chúa Trời.

Khi người Y-sơ-ra-ên chứng kiến Mười Tai Vạ xảy ra qua Môi-se, khiến họ nhận biết Đức Chúa Trời. Họ đi theo Môi-se ra khỏi xứ Ê-díp-tô để vào Đất Hứa Ca-na-an, là nơi mà Đức Chúa Trời đã hứa cùng Áp-ra-ham, tổ phụ mình.

Đồng thể ấy đối với những con người ngày nay là những kẻ chẳng nhận biết Đức Chúa Trời, nhưng đã tin nhận Chúa Cứu Thế Giê-xu.

Dân sự Y-sơ-ra-ên ra khỏi Ê-díp-tô, nơi họ đã làm tôi mọi, là điều có thể so sánh với những người thoát khỏi kiếp tôi mọi cho kẻ thù ma quỉ và Sa-tan bằng cách tin nhận Chúa Giê-su Christ và trở nên con cái của Đức Chúa Trời.

Vả lại, hành trình của dân Y-sơ-ra-ên tiến về xứ Ca-na-an, nơi đượm sữa và mật, chẳng khác gì những tín hữu đang trên hành trình đức tin tiến về vương quốc thiên đàng.

Xứ Ca-na-an, nơi Đượm Sữa và Mật

Trong tiến trình cuộc Xuất Hành, Đức Chúa Trời không dẫn dân sự Y-sơ-ra-ên đi thẳng vào Đất Ca-na-an. Họ phải làm một hành trình trong đồng vắng vì có một quốc gia mạnh bạo có tên gọi Phi-li-tin nằm trên con đường ngắn nhất dẫn vào xứ Ca-na-an.

Để vượt qua xứ nầy, họ phải phát động một cuộc chiến chống lại dân Phi-li-tin mạnh sức ấy. Đức Chúa Trời biết rằng nếu Ngài làm vậy, những kẻ chẳng có đức tin đó sẽ trở lại Ê-díp-tô.

Cũng tương tự như vậy, những kẻ mới tin nhận Chúa Giê-xu Christ đều chưa có ngay được đức tin thật. Vậy, nếu họ đối mặt với thử thách lớn như quốc gia mạnh bạo Phi-li-tin và dân Ph-li-tin, họ có thể không vượt qua được và cuối cùng sẽ lìa bỏ đức tin.

Bởi vậy Đức Chúa Trời có phán rằng, *"Những sự cám dỗ đến cho anh em, chẳng có sự nào quá sức cho loài người. Đức Chúa Trời là thành tín, Ngài chẳng hề cho anh em bị cám dỗ quá sức mình đâu; nhưng trong sự cám dỗ, Ngài cũng mở đàng cho ra khỏi, để anh em có thể chịu được"* (1 Cô-rinh-tô 10:13).

Cũng giống như dân Y-sơ-ra-ên phải đi vào đồng vắng cho đến khi vào được Đất Ca-na-an, ngay cả sau khi trở thành con cái Đức Chúa Trời, hành trình đức tin đang ở phía trước chúng ta cho đến khi chúng ta đến được vương quốc thiên đàng, Đất Ca-na-an.

Cho dù đồng vắng là nơi rất gay go đối với những kẻ tin, song họ không trở lại Ê-díp-tô vì cớ họ nhìn thấy tự do, bình an, và sự dư dật của xứ Ca-na-an ở phía trước là thứ mà họ không thể vui hưởng được ở Ê-díp-tô. Đối với chúng ta ngày nay cũng vậy.

Dẫu đôi khi phải bước đi trên con đường hẹp và khó khăn, song chúng ta tin vào vương quốc thiên đàng vinh quang và xinh đẹp. Do vậy, chúng ta không xem cuộc đua đức tin là khó khăn, song vượt qua mọi sự nhờ vào sự vùa giúp và quyền phép của Đức Chúa Trời.

Cuối cùng, dân sự Y-sơ-ra-ên khởi sự hành trình vào Ca-na-an, là xứ đượm sữa và mật. Họ bỏ lại phía sau mình những vùng đất mà họ đã từng sinh sống trong hơn 400 năm để khởi sự hành trình đức tin dưới sự dẫn dắt của Môi-se.

Có người dắt theo gia súc; có người chất quần áo, bạc, vàng là những thứ họ vừa mới nhận được từ dân Ê-díp-tô. Một số khác đóng gói bột nhào không men, trong khi đó những người khác vẫn còn đang chăm sóc con trẻ và người già. Một đội ngũ dân sự Y-sơ-ra-ên vô tận đang tất bật sẵn sàn cho sự ra đi.

Dân sự Y-sơ-ra-ên đi từ Ram-se đến Su-cốt, số không kể con nít, được chừng sáu mươi vạn người đàn ông đi bộ. Lại có vô số người ngoại bang đi lên chung, luôn với chiên, bò, súc vật rất nhiều. Chúng bèn hấp bánh không men bằng bột của mình đã đem theo từ xứ Ê-díp-tô; bột không men, vì cớ bị đuổi khỏi xứ Ê-díp-tô không thể chậm trễ, và cũng chẳng sắm kịp lương thực chi được (Xuất Ê-díp-tô-ký 12:37-39).

Ngày nay lòng họ tràn đầy tự do, hy vọng và sự cứu rỗi. Để kỷ niệm ngày nầy, Đức Chúa Trời truyền dạy họ phải tuân giữ lễ Bánh Không Men trải qua các đời.

Lễ Bánh Không Men

Ngày nay, trong Đạo Cơ Đốc, chúng ta kỷ niệm lễ phục sinh thay vì lễ Bánh Không Men. Lễ Phục Sinh là ngày lễ được kỷ niệm nhằm dâng lời cảm tạ Đức Chúa Trời về sự ban ơn tha tội cho hết thảy chúng ta qua thập hình của Chúa Giê-xu. Ngoài ra, chúng ta kỷ niệm điều nầy để nhớ đến ngày mà chúng ta có thể ra khỏi sự tối tăm để bước vào sự sáng bởi sự sống lại của Ngài.

Lễ Bánh Không Men là một trong ba ngày lễ lớn của Y-sơ-ra-ên. Ấy là để tưởng nhớ đến việc họ đã ra khỏi Ê-díp-tô bởi bàn tay dẫn dắt của Đức Chúa Trời. Mở đầu đêm tối của kỳ lễ Vượt Qua, họ ăn bánh không men trong bảy ngày.

Thậm chí sau khi cùng thần dân Ê-díp-tô chịu khốn đốn bởi rất nhiều tai vạ, Pha-ra-ôn chẳng chịu thay đổi ý định của mình. Cuối cùng, Ê-díp-tô đã phải khốn đốn với sự giết hại con đầu lòng và chính Pha-ra-ôn đã phải chịu mất con trai trưởng nam mình. Pha-ra-ôn bèn khẩn cấp cho đòi Môi-se và A-rôn đến để bảo họ phải ra khỏi Ê-díp-tô ngay. Vậy, họ chẳng có thời gian để làm cho bánh lên men. Đó là lý do họ phải ăn bánh không men.

Và lại, Đức Chúa Trời cho họ ăn bánh không men hầu cho họ tưởng nhớ đến thời mà họ phải chịu khốn đốn và dâng lời cảm tạ vì đã được giải thoát khỏi cảnh tôi mọi.

Lễ Vượt Qua là một ngày hội để tưởng nhớ đến sự kiện được cứu khỏi sự giết hại con đầu lòng. Họ ăn thịt chiên con, rau đắng, và bánh không men. Lễ Bánh Không Men để tưởng nhớ đến sự kiện họ đã ăn bánh không men trong một tuần lễ tại nơi đồng vắng sau khi họ đã hối hả ra khỏi Ê-díp-tô.

Ngày nay, người Y-sơ-ra-ên nghỉ trọn một tuần để cử hành lễ Vượt Qua kể cả lễ Bánh Không Men.

Với lễ Vượt Qua, chớ ăn bánh pha men; trong bảy ngày ngươi sẽ ăn bánh không men, tức là bánh hoạn nạn, đặng giữ lễ ấy, vì ngươi ra khỏi xứ Ê-díp-tô vội vàng; hầu cho trọn đời ngươi nhớ ngày mình đã ra khỏi xứ Ê-díp-tô* (Phục Truyền luật lệ ký 16:3).

Ý Nghĩa Thuộc Linh của Lễ Bánh Không Men

Trong bảy ngày phải ăn bánh không men; vừa đến ngày thứ nhứt, hãy dẹp men khỏi nhà đi; vì hễ ai ăn bánh có men từ ngày thứ nhứt cho đến ngày thứ bảy, thì sẽ bị truất ra khỏi Y-sơ-ra-ên (Xuất Ê-díp-tô-ký 12:15).

Ở đây, ngày thứ nhứt nói đến ngày cứu rỗi. Sau khi họ được cứu thoát khỏi sự giết hại con đầu lòng và ra khỏi Ê-díp-tô, dân Y-sơ-ra-ên đã phải ăn bánh không men trong bảy ngày. Cũng vậy, sau khi tin nhận Chúa Cứu Thế Giê-su và nhận lãnh Thánh Linh, chúng ta cũng phải ăn bánh không men theo ý nghĩa thiêng liêng để đến với sự cứu rỗi trọn vẹn.

Ăn bánh không men theo ý nghĩa thiêng liêng có nghĩa rằng phải từ bỏ thế gian và chọn lấy con đường hẹp. Sau khi tin nhận Chúa Cứu Thế Giê-su, chúng ta phải tự hạ mình và đi con đường hẹp để để đến với sự cứu rỗi trọn vẹn với tấm lòng khiêm nhường.

Ăn bánh có men thay cho bánh không men, ấy là chọn lấy con đường khoảng khoát và dễ dãi để theo đuổi những sự vô nghĩa của đời nầy là điều mà người ta thấy hợp mắt. Rõ ràng, hễ ai chọn lấy con đường nầy sẽ chẳng được cứu rỗi. Ấy là tại sao

Đức Chúa Trời phán rằng những kẻ ăn bánh pha men sẽ bị truất khỏi Y-sơ-ra-ên.

Thế thì, ngày nay lễ Bánh Không Men đem lại cho chúng ta bài học gì?

Trước hết, chúng ta phải luôn ghi nhớ và dâng lời cảm tạ về tình yêu của ĐứcChúa Trời và ân huệ cứu rỗi mà chúng ta nhận lãnh cách nhưng không trong sự cứu chuộc của Chúa Giê-xu Chrsit.

Dân Y-sơ-ra-ên tưởng nhớ đến những lúc họ làm nô lệ trong xứ Ê-díp-tô qua việc ăn bánh không men trong bảy ngày và cảm tạ ĐứcChúa Trời về ơn cứu rỗi dành cho họ. Cũng vậy, những tín hữu, là dân sự Y-sơ-ra-ên thuộc linh, phải nhớ đến ân huệ và tình yêu của ĐứcChúa Trời là Đấng đã dẫn dắt chúng ta đến với con đường sự sống đời đời và dâng lời tạ ơn trong mọi sự.

Chúng ta phải nhớ đến ngày mà chúng ta gặp gỡ, kinh nghiệm được ĐứcChúa Trời, ngày mà chúng ta được tái sanh bởi nước và Thánh Linh để tạ ơn ĐứcChúa Trời trong sự tưởng nhớ đến ân huệ Ngài. Cũng giống như vậy trong việc tuân giữ một vị trí thiêng liêng của lễ Bánh Không Men. Những ai thật sự có sự thiện lành trong lòng sẽ chẳng bao giờ quên bất kỳ một ân huệ nào mà họ nhận được từ Chúa. Đây là bổn phận của con người, là việc làm ra từ tấm lòng tốt đẹp và thiện lành.

Với tấm lòng thiện lành này, bất chấp thực tế hiện tại khó khăn như thế nào, chúng ta sẽ chẳng bao giờ quên tình yêu và ơn huệ, mà bèn là dâng lời tạ ơn ân huệ Ngài và vui mừng luôn luôn.

Ấy là trường hợp của Ha-ba-cúc, người đã sống trong triều đại Vua Giô-si-a vào khoảng năm 600 Trước Chúa.

Ví dầu cây vả sẽ không nứt lộc nữa, và sẽ không có trái trên những cây nho; cây ô-li-ve không sanh sản, và chẳng có ruộng nào sanh ra đồ ăn; bầy chiên sẽ bị dứt khỏi ràn, và không có bầy bò trong chuồng nữa. Dầu vậy, tôi sẽ vui mừng trong Đức Giê-hô-va, tôi sẽ hớn hở trong Đức Chúa Trời của sự cứu rỗi tôi (Ha-ba-cúc 3:17-18).

Đất nước Giu-đa của người đã phải đối mặt với mối lâm nguy từ phía người Canh-đê (người Ba-by-lôn), Tiên Tri Ha-ba-cúc đã phải chứng kiến quốc gia mình sắp sửa suy vong, song thay vì sa vào tuyệt vọng, Ha-ba-cúc đã dâng lời ngợi khen và tạ ơn ĐứcChúa Trời.

Như vậy, bất kể hoàn cảnh hay điều kiện nào trong cuộc sống, chỉ với thực tế rằng chúng ta được cứu bởi ân huệ của Đức Chúa Trời mà chúng ta chẳng có công trạng gì, thì tự đáy lòng mình cũng đã đầy dẫy sự tạ ơn rồi.

Thứ hai, chúng ta không nên làm theo thói quen trong đời sống đức tin của mình, cũng không được tái phạm mà quay trở lại con đường khô hạn trước đây, cũng chẳng nên có một đời sống Cơ Đốc Nhân chẳng có tiến bộ hoặc thay đổi nào.

Đi theo một đời sống nguội lạnh với tư cách là một Cơ Đốc Nhân, ấy là cứ vẫn giữ nguyên con người cũ. Đây là một đời sống trì trệ chẳng có chuyển biến hay thay đổi nào. Có nghĩa rằng chúng ta có một đời sống đức tin hâm hẩm và theo thói quen, lòng chúng ta chẳng chịu cắt bì.

Nếu chúng ta lạnh, chúng ta có thể nhận lấy một sự sửa phạt nào đó từ ĐứcChúa Trời hầu cho chúng ta có thể được làm nên mới. Nhưng nếu hâm hẩm, chúng ta thỏa hiệp với thế gian mà chẳng chịu cố gắng quăng xa tội lỗi. Chúng ta sẽ không sống theo lý trí mà lìa xa Chúa vì cớ chúng ta đã nhận lãnh Thánh Linh và biết rõ rằng thiên đàng và địa ngục là có thật.

Nếu cảm nhận được những thiếu sót của mình, chúng ta sẽ cầu nguyện với Chúa về những điều đó. Nhưng những kẻ hâm hẩm sẽ chẳng tỏ ra một sự sốt sắng nào. Họ trở thành những kẻ 'đi lễ nhà thờ'.

Họ có thể gặp hoạn nạn và cảm thấy đau đớn, buồn bực trong lòng, nhưng rồi thời gian trôi qua, ngay cả những cảm giác nầy cũng qua đi.

"Vậy, vì ngươi hâm hẩm, không nóng cũng không lạnh, nên ta sẽ nhả ngươi ra khỏi miệng ta" (Khải Huyền 3:16). Nếu vậy, chúng ta sẽ chẳng được cứu. Bởi cớ đó đôi khi ĐứcChúa Trời khiến chúng ta tuân giữ nhiều lễ khác để thử đức tin chúng ta, hầu cho chúng ta có thể đạt tới một tầm thước đức tin trưởng thành và đầy trọn.

Thứ ba, chúng ta phải luôn giữ lấy ơn huệ của tình yêu ban

đầu. Nếu đánh mất sự đó, chúng ta phải nghĩ đến nguyên nhân khiến chúng ta sa ngã, để rồi ăn năn, và nhanh chóng phục hồi lại những công việc ban đầu.

Hễ ai đã tin nhận Chúa Giê-su đều có thể kinh nghiệm được ân sủng của tình yêu ban đầu. Ân huệ và tình yêu của ĐứcChúa Trời thật quá lớn đến nỗi mỗi ngày trong cuộc đời mình đều là niềm vui và hạnh phúc.

Giống như cha mẹ trông mong con mình khôn lớn, ĐứcChúa Trời cũng trông mong con cái mình ngày càng có đức tin vững vàng hơn để đạt tới tầm thước đức tin lớn lao hơn. Nhưng nếu đến một lúc nào đó, chúng ta đánh mất tình yêu ban đầu, sự sốt sắng và tình yêu của chúng ta có thể bị nguội lạnh. Thậm chí nếu cầu nguyện, chúng ta có thể chỉ làm với một ý thức về bổ phận.

Cho đến khi chúng ta được nên thánh trọn vẹn, nếu trao tấm lòng cho Sa-tan, chúng ta có thể đánh mất đi tình yêu ban đầu vào bất cứ lúc nào. Do vậy, nếu đã đánh mất ân huệ của tình yêu nồng cháy ban đầu, chúng ta phải tìm hiểu nguyên cớ vì đâu và kịp thời ăn năn mà quay trở lại.

Có nhiều người nói rằng đời sống Cơ Đốc Nhân là một con đường đầy khó khăn, nhưng Phục Truyềnluật lệ ký 30:11 nói rằng, *"Điều răn nầy mà ta truyền cho ngươi ngày nay chẳng phải cao quá cho ngươi, hay là xa quá cho ngươi."* Nếu nhận biết được tình yêu đích thực của ĐứcChúa Trời, hành trình đời sống đức tin sẽ chẳng bao giờ là quá khó. Ấy là vì những đau đớn hiện nay không thể nào sánh được với sự vinh hiển mà chúng ta sẽ nhận lãnh được về sau. Chúng sẽ vui sướng khi hình dung đến sự vinh hiển đó.

Vậy nên, với tư cách là những tín hữu đang sống trong những ngày cuối rốt, chúng ta hãy luôn luôn làm theo lời Chúa, luôn ở trong sự sáng. Nếu không chọn lấy con đường rộng của thế gian mà chọn con đường hẹp của đời sống đức tin, chúng ta sẽ có thể vào được Xứ Ca-na-an đượm sữa và mật.

ĐứcChúa Trời sẽ ban cho chúng ta ân huệ cứu rỗi và niềm vui của tình yêu ban đầu. Ngài sẽ ban phước để chúng ta được nên thánh và qua hành trình đức tin, Ngài sẽ ban sức lực để chúng ta chiếm lấy vương quốc thiên đàng vĩnh hằng.

Chương 10

Đời Sống Vâng Phục và Những Phước Hạnh

Phục Truyền luật lệ ký 28:1-6

"Nếu các ngươi nghe theo tiếng phán của Giê-hô-va Đức Chúa Trời ngươi cách trung thành, cẩn thận làm theo mọi điều răn của Ngài, mà ta truyền cho ngươi ngày nay, thì Giê-hô-va Đức Chúa Trời ngươi sẽ ban cho ngươi sự trổi hơn mọi dân trên đất. Nếu các ngươi nghe theo tiếng phán của Giê-hô-va Đức Chúa Trời ngươi, nầy là mọi phước lành sẽ giáng xuống trên mình ngươi: Ngươi sẽ được phước trong thành và được phước ngoài đồng ruộng. Bông trái của thân thể ngươi, hoa quả của đất ruộng ngươi, sản vật của sinh súc ngươi, luôn với lứa đẻ của bò cái và chiên cái ngươi, đều sẽ được phước, cái giỏ và cái thùng nhồi bột ngươi đều sẽ được phước! Ngươi sẽ được phước trong khi đi ra và sẽ được phước trong khi đi vào."

Lịch sử Xuất Hành của Y-sơ-ra-ên cho chúng ta những bài học có giá trị. Cũng như những tai vạ giáng trên Pha-ra-ôn và Ê-díp-tô vì sự bất tuân của họ, trên đường đến Xứ Ca-na-an, dân sự Y-sơ-ra-ên đã phải khốn đốn với gian nan khổ sở mà không hưởng được thạnh vượng vì họ đã chống lại tiên chỉ của Đức Chúa Trời.

Họ đã được cứu khỏi tai vạ giết hại con đầu lòng qua lễ Vượt Qua. Song, khi không có nước uống và đồ ăn trên đường đến Ca-na-an, họ lại bắt đầu phàn nàn.

Họ tự làm cho mình một con bò bằng vàng để thờ lạy, họ đưa ra những lời tường thuật tai hại về Đất Hứa; họ thậm chí còn đứng ra chống lại Môi-se. Tất cả là vì họ không bởi đức tin để nhìn vào con đường đến Ca-na-an.

Rốt cuộc, thế hệ đầu tiên của cuộc Xuất Hành, ngoại trừ Giô-suê và Ca-lép, hết thảy đều chết trong đồng vắng. Chỉ có Giô-suê và Ca-lép tin vào lời hứa của Đức Chúa Trời và làm theo Ngài, và họ đã vào được Xứ Ca-na-an với thế hệ thứ hai của cuộc Xuất Hành.

Phước hạnh của việc tiến vào Xứ Ca-na-an

Vì thế hệ thứ nhất của cuộc Xuất Hành là một phần của những thế hệ được sinh trưởng trong nền văn hóa ngoại bang Ê-díp-tô trong 400 năm, niềm tin của họ nơi Đức Chúa Trời đã bị mất đi rất nhiều. Ngoài ra, sự ác đã bén rễ trong lòng họ đương khi họ trải qua những ngược đãi và đau khổ.

Song, thế hệ thứ hai của dân sự Y-sơ-ra-ên trong cuộc Xuất Hành đã được dạy dỗ lời Chúa từ lúc tuổi thơ. Và vì họ đã mục kích rất nhiều công việc đầy quyền năng của Đức Chúa Trời, họ rất khác biệt với thế hệ cha anh mình.

Họ đã hiểu được tại sao thế hệ cha anh mình không thể vào được Xứ Ca-na-an mà phải trải qua 40 năm trong đồng vắng. Họ đã hoàn toàn sẵn sàng vâng phục Đức Chúa Trời và người dẫn dắt họ với đức tin đích thực.

Không giống như thế hệ cha anh mình là những kẻ không ngớt phàn nàn ngay cả sau khi trải nghiệm vô số những công việc của Đức Chúa Trời, họ thệ nguyện vâng phục hoàn toàn. Họ tuyên thệ rằng sẽ hoàn toàn vâng phục Giô-suê người kế tục Môi-se bởi tiên chỉ Đức Chúa Trời.

> *Chúng tôi sẽ vâng theo ông trong mọi việc y như đã vâng theo Môi-se. Chỉ nguyện Giê-hô-va Đức Chúa Trời ông ở cùng ông, y như Ngài đã ở cùng Môi-se vậy! Phàm ai nghịch mạng không vâng theo lời ông trong mọi điều ông dặn biểu chúng tôi, thì người đó sẽ bị xử tử; chỉ ông hãy vững lòng bền chí* (Giô-suê 1:17-18).

Trong 40 năm dân Y-sơ-ra-ên đi lang thang trong đồng vắng, ấy chẳng phải chỉ là một sự phạt tội. Đây là một sự tôi luyện thuộc linh cho thế hệ thứ hai của cuộc Xuất Hành, những người sẽ tiến vào xứ Ca-na-an.

Trước khi Đức Chúa Trời ban phước cho chúng ta, Ngài cho phép xảy ra nhiều loại tôi luyện thuộc linh khác nhau hầu cho chúng ta có thể có được đức tin thiêng liêng. Ấy là vì nếu không có đức tin thiêng liêng, chúng ta không thể nhận được sự cứu rỗi và không thể vào được vương quốc thiên đàng.

Vả lại, nếu Đức Chúa Trời ban phước cho chúng ta trước khi chúng ta có đức tin thiêng liêng, thì có lẽ hầu hết chúng ta sẽ trở lại với thế gian. Vậy nên, Đức Chúa Trời tỏ cho chúng ta thấy những công việc lạ lùng của quyền năng Ngài, và đôi khi cho phép chúng ta trải qua những thử thách nảy lửa hầu cho đức tin chúng ta có thể trưởng thành.

Chướng ngại đầu tiên của sự vâng phục mà thế hệ thứ hai đã phải chạm trán ấy là tại Sông Giô-đanh. Sông Giô-đanh chạy giữa đồng bằng Mô-áp và xứ Ca-na-an, vào thời đó, dòng chảy rất mạnh và thường ngập cả hai bờ.

Tại đây, Đức Chúa Trời đã phán điều gì? Ngài bảo các thầy tế mang Hàm Giao Ước tiến lên phía trước và đặt bước chân đầu tiên xuống sông Giô-đanh. Ngay sau khi nghe được ý chỉ của Đức Chúa Trời qua Giô-suê, không một chút do dự, tiến thẳng về phía Sông Giô-đanh, với các thầy tế đi trước.

Vì họ tin vào Đức Chúa Trời toàn tri và toàn năng, họ đã có thể làm theo không chút nghi ngờ hay than phiền. Kết quả, khi những bước chân của các thầy tế mang Hàm vừa chạm đến nước tại mép sông, dòng nước liền ngưng chảy và họ đã có thể bước qua y như đi trên đất khô.

Hơn nữa, khi họ phá hủy thành Giê-ri-cô là nơi được cho là đồn lũy bất khả xâm phạm. Không như ngày nay, họ chẳng có những vũ khí hạng nặng, để phá hủy những bức tường kiên cố như vậy, tường dày hai lớp, hầu như bất khả thi.

Cho dù với tổng binh lực, thì việc phá hủy thành đó là một công việc vô cùng khó khăn. Nhưng Đức Chúa Trời bảo họ chỉ việc hành quân chung quanh thành trong sáu ngày, mỗi ngày một lần, vào ngày thứ bảy, hãy dậy sớm, hành quân quanh thành bảy lượt, và hô lớn tiếng.

Trong hoàn cảnh các lực lượng quân địch đứng canh gác trên nơi cao, thế hệ thứ hai của cuộc Xuất Hành đã bắt đầu hành quân quanh thành không chút e ngại.

Rất có thể quân thù sẽ bắn tên như mưa xuống để chống lại họ, hoặc chúng có thể phát động cuộc chiến tổng lực để tấn công. Trong hoàn cảnh nguy nan đó, họ cứ vẫn làm theo lời Đức Chúa Trời và cứ hành quân chung quanh thành. Ngay cả những bức tường kiên cố đã phải sụp đổ khi dân sự Y-sơ-ra-ên làm theo lời Đức Chúa Trời.

Để nhận được Phước Hạnh qua sự Vâng Phục

Vâng phục có thể vượt qua bất kỳ hoàn cảnh nào. Ấy là con đường dẫn đến quyền năng lạ lùng của Đức Chúa Trời. Từ cách nghĩ của con người, chúng ta có thể cho rằng có một số việc chúng ta không thể làm theo được. Nhưng trước mặt Đức Chúa Trời, không có điều gì chúng ta không thể, vì Ngài là Đức Chúa

Trời toàn năng.

Để bày tỏ loại đức tin nầy, cũng giống như chúng ta phải quay thịt chiên trên lửa, chúng ta phải nghe và hiểu lời Đức Chúa Trời cách trọn vẹn bởi sự soi dẫn của Đức Thánh Linh.

Ngoài ra, như dân Y-sơ-ra-ên đã tuân giữ lễ Vượt Qua, lễ Bánh Không Men qua nhiều thế hệ, chúng ta phải luôn ghi nhớ lời Đức Chúa Trời và khắc ghi trong lòng. Ấy là, chúng ta phải liên tục cắt bì lòng mình bởi lời Đức Chúa Trời, quăng xa tội lỗi và mọi sự ác với lòng biết ơn của mình về ơn huệ cứu rỗi.

Chỉ khi đó chúng ta mới được ban cho đức tin đích thực và bày tỏ việc làm vâng phục cách trọn vẹn.

Có thể có những điều chúng ta không thể làm được nếu suy nghĩ theo kiểu lý luận, lý trí, hay theo nhận thức quen thuộc của con người. Nhưng theo ý muốn của Đức Chúa Trời đối với chúng ta ấy là phải vâng phục ngay cả những điều nầy. Khi bày tỏ loại vâng phục nầy, Đức Chúa Trời sẽ tỏ chúng ta những công việc lớn lao và những phước hạnh kỳ diệu.

Trong Kinh Thánh, chúng ta thấy có rất nhiều người nhận lãnh những phước hạnh phi thường qua sự vâng phục. Đa-ni-ên và Giô-sép được ban phước cho vì họ có đức tin vững chắc nơi Đức Chúa Trời, ngay cả khi đối diện với cái chết, họ cũng chỉ biết nắm lấy lời Chúa. Hơn nữa, qua đời sống của Áp-ra-ham, Tổ Phụ Đức Tin, chúng ta có thể hiểu được rằng Đức Chúa Trời đẹp lòng biết bao với những kẻ biết vâng phục.

Những Phước Hạnh Được Ban Cho Áp-ra-ham

Đức Giê-hô-va có phán cùng Áp-ra-ham rằng: "Ngươi hãy ra khỏi quê hương, vòng bà con và nhà cha ngươi, mà đi đến xứ ta sẽ chỉ cho. Ta sẽ làm cho ngươi nên một dân lớn; ta sẽ ban phước cho ngươi, cùng làm nổi danh ngươi, và ngươi sẽ thành một nguồn phước" (Sáng Thế ký 12:1-2).

Bấy giờ, Áp-ra-ham đã bảy mươi lăm tuổi, hẳn người chẳng còn trai trẻ nữa. Đặc biệt, để rời quê hương mình, ra khỏi vòng bà con người là điều không dễ vì người chẳng có một con trai nào để làm kẻ kế tự.

Đức Chúa Trời cũng chẳng chỉ rõ cho người nơi nào để đến. Ngài chỉ truyền lệnh cho người ra đi. Nếu theo ý tưởng con người, việc nầy rất khó thực hiện. Người phải bỏ lại phía sau mọi thứ mà người đã tích góp được, để đi đến một nơi hoàn toàn xa lạ.

Thật chẳng dễ lìa bỏ mọi thứ chúng ta có để đi đến một nơi hoàn toàn xa lạ, cho dù có sự tin chắc về tương lai. Ngày nay có mấy người có thể lìa bỏ những gì mình có, khi mà tương lai của họ chẳng có gì rõ ràng? Dẫu vậy, Áp-ra-ham chỉ biết vâng phục.

Một trường hợp khác cho thấy sự vâng phục của Áp-ra-ham tỏa sáng rực rỡ hơn. Để thấy được sự vâng phục của người bày tỏ cách trọn vẹn hơn, Đức Chúa Trời cho phép một thử thách xảy ra để ban phước cho ông.

Đức Chúa Trời đã truyền lệnh cho Áp-ra-ham hiến tế con một của mình là Y-sác. Y-sác là con trai rất mực yêu quý của Áp-ra-ham. Thậm chí người xem Y-sác còn quý hơn cả mạng sống mình, song, người đã vâng phục một cách không do dự.

Sau khi Đức Chúa Trời phán cùng người, chúng ta tìm thấy trong Sáng Thế ký 22:3 rằng, ngay trong ngày hôm sau, sáng sớm người thức dậy để chuẩn bị mọi thứ cho việc dâng lễ lên Đức Chúa Trời, rồi đi đến nơi mà Đức Chúa Trời đã chỉ.

Lần nầy, là một mức độ vâng phục cao hơn sự vâng phục rời khỏi quê hương và nhà cha người. Bấy giờ người chỉ biết vâng phục mà thật sự chẳng rõ ý muốn của Đức Chúa Trời là thế nào. Nhưng khi Đức Chúa Trời bảo người dâng Y-sác làm của lễ thiêu, người hiểu tấm lòng Đức Chúa Trời và làm theo ý muốn Ngài. Trong Hê-bơ-rơ 11:17-19 có chép vì người đã tin rằng cho dù người có hiến tế Y-sác làm của lễ thiêu, thì Đức Chúa Trời sẽ khiến Y-sác sống lại vì đây chính là hậu duệ theo lời hứa của Đức Chúa Trời.

Đức Chúa Trời đã lấy làm hài lòng với đức tin như vậy của Áp-ra-ham và chính Ngài đã sắm sẵn của lễ. Sau khi Áp-ra-ham vượt qua thử thách nầy, Đức Chúa Trời đã gọi người là bạn hữu Ngài và ban cho người nhiều phước lớn.

Thậm chí ngày nay, nước rất khan hiếm ở khắp Y-sơ-ra-ên. Nhưng thời đó ở Ca-na-an nước còn khan hiếm hơn nhiều. Song, hễ nơi nào Áp-ra-ham đặt chân đến, thì nơi ấy nước đều dư dật. Và ngay cả cháu trai người là Lót, kẻ sống chung với người, cũng được hưởng phước lớn.

Áp-ra-ham có rất nhiều gia súc, cùng bạc, vàng; người là kẻ rất giàu có. Khi Lót, cháu trai người, bị bắt làm phu tù, Áp-ra-ham đã đem theo 318 gia nhân là những kẻ sống trong nhà mình, và đã cứu được Lót. Chỉ cần nhìn thấy thực tế nầy, chúng ta cũng có thể biết được người là một kẻ giàu có đến mức nào.

Áp-ra-ham vâng phục lời Đức Chúa Trời. Đất đai, các vùng lân cận chung quanh người đều được phước, và những kẻ sống chung với người cũng được phước.

Qua Áp-ra-ham, Y-sác con trai người cũng được phước, hậu tự của người nhiều đến nỗi có thể lập thành một nước. Hơn nữa, Đức Chúa Trời còn phán cùng người rằng Ngài sẽ ban phước cho ai chúc phước cho người, và Ngài sẽ rủa sả kẻ nào rủa sả người. Người đã được trọng vọng đến đỗi vua các nước lân cận đều dâng triều cống cho người.

Áp-ra-ham đã nhận đủ thứ phước hạnh mà người ta có thể nhận lãnh trên đất nầy, kể cả giàu có, danh tiếng, quyền lực, sức khỏe và con cái. Như đã chép trong PhụcTruyền luật lệ ký chương 28, người đã được phước trong khi đi vào và được phước trong khi đi ra.

Người đã trở thành nguồn phước và là tổ phụ đức tin. Hơn thế, người có thể thấu hiểu tấm lòng của Đức Chúa Trời và chia sẻ cùng Ngài như một người bạn hữu. Thật là một phước hạnh cao quý biết bao!

Vì Đức Chúa Trời là tình yêu, Ngài muốn mọi người đều trở nên giống Áp-ra-ham để được phước và có những địa vị cao quý. Bởi vậy, Ngài đã khiến cho ghi chép lại tường tận mọi điều về Áp-ra-ham. Hễ ai noi gương theo người và làm theo lời Đức Chúa Trời đều có thể nhận lãnh những phước hạnh giống như vậy, người sẽ được phước khi vào và được phước khi ra giống như Áp-ra-ham đã nhận được.

Tình Yêu và Sự Công Chính của Đức Chúa Trời Đấng Muốn Ban Phước cho Chúng Ta

Cho đến ngày nay, chúng ta nhìn vào Mười Tai Vạ giáng trên xứ Ê-díp-tô và lễ Vượt Qua ấy là con đường cứu rỗi dành cho dân Y-sơ-ra-ên. Qua điều nầy chúng ta có thể hiểu tại sao chúng ta phải đối mặt với hoạn nạn, làm thế nào để tránh khỏi chúng, và làm sao để được cứu.

Nếu khốn đốn với những nan đề hay bệnh tật, chúng ta phải nhận biết rằng căn nguyên là bởi tội lỗi mình. Vậy, chúng ta phải kịp thời nhìn lại chính mình, để rồi ăn năn, và loại bỏ mọi điều ác. Vả lại, qua Áp-ra-ham, chúng ta có thể hiểu được những phước hạnh kỳ diệu, ngoài sức suy tưởng mà Đức Chúa Trời đã ban cho những kẻ vâng phục Ngài.

Mọi tai họa đều có nguyên nhân của nó. Tùy vào mức độ nhận biết của chúng ta về chúng, xoay bỏ khỏi tội lỗi và sự ác, để rồi thay đổi chính mình, những kết quả sẽ rất khác nhau. Một số người chỉ biết phải chịu án phạt để đền tội cho việc làm sai trái của mình, trong khi đó những người khác sẽ nhận biết sự tối tăm hoặc sự ác trong lòng mình qua khổ nạn và lấy đó làm cơ hội để thay đổi chính mình.

Trong Phục Truyền luật lệ ký 28, chúng ta có thể nhận thấy những sự tương phản giữa phước lành và sự rủa sả là những thứ sẽ đến trên chúng ta trong những hoàn cảnh vâng phục và bất tuân lời Chúa là thể nào.

Đức Chúa Trời mong muốn ban phước cho chúng ta, song như Ngài đã phán trong Phục Truyền luật lệ ký 11:26 rằng, *"Kìa, ngày nay ta đặt trước mặt các ngươi sự phước lành và sự rủa sả,"* sự lựa chọn là tùy thuộc chúng ta. Nếu chúng ta gieo đậu, thì đậu sẽ nảy mầm. Cũng vậy, chúng ta khốn đốn với những hoạn nạn do Sa-tan mang đến là vì cớ tội lỗi của mình. Trong trường hợp nầy, Đức Chúa Trời phải cho phép hoạn nạn xảy đến với chúng ta theo sự công chính Ngài.

Cha mẹ muốn con cái mình thịnh vượng, mà nói rằng, "Hãy học hành chăm chỉ," "Hãy sống ngay thẳng," "Hãy tuân thủ mọi nguyên tắc giao thông," và những điều tương tự. Đồng thể ấy đối với tấm lòng của Đức Chúa Trời, Đấng đã ban cho con cái mình các điều răn và muốn chúng ta làm theo. Cha mẹ chẳng bao giờ muốn con cái mình không làm theo những lời răn dạy để rồi phải sa vào con đường bất hạnh và hủy diệt. Cũng vậy, quả thật Đức Chúa Trời sẽ chẳng bao giờ muốn chúng ta phải chịu khốn đốn với những hoạn nạn.

Bởi đó, trong danh Đức Chúa Giê-xu Christ tôi cầu nguyện hầu cho hết thảy anh chị em đều nhận biết rằng ý muốn của Đức Chúa Trời dành cho con cái Ngài chẳng phải là tai họa mà bèn là phước lành và đời sống vâng phục, anh chị em sẽ được phước trong khi đi vào và được phước trong khi đi ra, mọi sự sẽ tốt đẹp với anh chị em.

Tác Giả:
Tiến Sĩ Jaerock Lee

Tiến Sĩ Jaerock Lee sinh trưởng tại Muan, tỉnh phận Jeonnam, Cộng Hòa Nhân Dân Triều Tiên, năm 1943. Những năm tháng của tuổi hai mươi, Mục sư Lee đã phải trải qua rất nhiều căn bệnh nan y, trong bảy năm trường đầy tuyệt vọng, vô phương cứu chữa, ông chỉ còn biết chờ chết. Một ngày kia, vào mùa xuân 1974, được chị gái đưa đến nhà thờ, khi quỳ xuống cầu nguyện, Đức Chúa Trời hằng sống đã chữa lành mọi bệnh tật ông ngay tức khắc.

Qua kinh nghiệm kỳ diệu đó, Mục sư Lee đã gặp được Đức Chúa Trời hằng sống, ông đã dâng trọn tấm lòng thành kính lên Ngài, năm 1978, ông được kêu gọi bước vào con đường hầu việc Đức Chúa Trời. Ông hết lòng cầu nguyện để hiểu rõ ý muốn Ngài và hoàn thành sứ mạng một cách tốt nhất, ông vâng phục tất cả các mạng lệnh. Năm 1982, ông sáng lập Hội Thánh Manmin Joong-ang tại Seoul, Hàn Quốc, tại đây nhiều công việc của Chúa kể cả những phép lạ chữa lành, những dấu lạ đã và đang xảy ra đến mức không kể xiết.

Năm 1986, Mục sư Lee được thụ phong tại Hội Thánh Annual Assembly Jesus Sungkyul Hàn Quốc, bốn năm sau, 1990, những bài giảng luận của ông bắt đầu được phát sóng bởi Tập Đoàn Phát Thanh Viễn Đông, Đài Phát Thanh Á Châu, và Hệ thống Truyền thanh Cơ Đốc Nhân Washington, Úc, Nga, Philipines, và nhiều quốc gia khác.

Ba năm sau, 1993, Hội Thánh Manmin Joong-ang được tạp chí *Cơ Đốc Nhân Thế Giới* (US) tuyển chọn, xếp vào "50 Hội Thánh Hàng Đầu Thế Giới" và ông nhận học vị Tiến Sĩ Danh Dự Thần Học của Trường Đại Học Niềm Tin Cơ Đốc Nhân, Florida, USA, năm 1996, nhận học vị Tiến sĩ Mục Vụ tại Trường Thần Học Kingsway, Iowa, USA.

Kể từ năm 1993, Mục sư Lee đã bước vào sứ mạng truyền giáo Toàn cầu qua nhiều chiến dịch hải ngoại tại Hoa Kỳ, Tanzania, Argentina,

L.A., Baltimore City, Hawaii, and New York City of the USA Uganda, Japan, Pakistan, Kenya, Philipines, Honduras, India, Russia, Germany, Peru, Cộng Hòa Dân Nhân Dân Công Gô, và Y-sơ-ra-ên. Năm 2002, ông được tờ báo chuyên đề Cơ Đốc Nhân Hàn Quốc gọi là "Mục sư toàn cầu" có liên quan đến nhiều Chiến Dịch Liên Minh Kỳ Diệu tại hải ngoại.

Đến tháng ba, 2014, Hội Thánh Trung Tâm Manmin có đến hơn 120.000 thành viên. Có 10.000 hội thánh thành viên trên toàn cầu kể cả 54 hội thánh thành viên trong nước, cho đến nay có hơn 129 giáo sĩ đã làm công tác truyền giáo đến 23 quốc gia, bao gồm Hoa Kỳ, Nga, Đức, Ca-na-đa, Nhật, Trung Quốc, Pháp, Ấn Độ, Kenya, và nhiều quốc gia khác.

Cho đến ngày xuất bản sách này, Tiến Sĩ Lee đã viết được 64 cuốn sách, trong đó có những cuốn rất được ưa chuộng như, *Ném Trải Cuộc Sống Đời Đời Trước Khi Chết*, *Đời Tôi và Niềm Tin I & II*, *Sứ Điệp Thập Tự Giá*, *Tầm Thước Đức Tin*, *Thiên Đàng I & II*, *Địa Ngục*, và *Quyền Năng Đức Chúa Trời*. Những tác phẩm của ông đã được phiên dịch trên 74 ngôn ngữ khác nhau.

Các mục báo Cơ Đốc của ông xuất hiện trên *The Hankook Ilbo, The JoongAng Daily, The Dong-A Ilbo, The Munhwa Ilbo, The Seoul Shinmun, The Kyunghyang Shinmun, The Hankyoreh Shinmun, The Korea Economic Daily, The Korea Herald, The Shisa News*, và *The Christian Press*.

Tiến Sĩ Lee hiện nay là lãnh đạo của nhiều tổ chức truyền giáo và hiệp hội, bao gồm: Chủ Tọa Liên Hiệp Hội Thánh Phúc Âm Đắng Christ; Chủ Tịch Sứ Mạng Toàn Cầu Manmin, người sáng lập Manmin TV; Nhà Sáng Lập & Ban Chủ Tọa Mạng Lưới Cơ Đốc Nhân Toàn Cầu (GCN), Mạng Lưới Bác Sĩ Cơ Đốc Nhân Toàn Cầu (WCDN), và Trường Thần Học Quốc Tế Manmin (MIS).

Những sách khác đầy quyền năng cùng tác giả

Thiên Đàng I & II

Một bản phát thảo chi tiết về một môi trường sống huy hoàng tráng lệ mà những công dân thiên đàng sẽ vui sống và một sự mô tả tuyệt vời về những cấp độ khác nhau của các vương quốc thiên đàng.

Sứ Điệp Thập Tự Giá

Một sứ điệp thức tỉnh đầy quyền năng dành cho những ai đang trong tình trạng ngủ mê thuộc linh! Qua sách nầy chúng ta sẽ nhận biết được lý do tại sao Giê-su là Cứu Chúa duy nhất và tình yêu chân thật của Đức Chúa Trời.

Địa Ngục

Một sứ sứ điệp tha thiết nhất gởi đến toàn nhân loại từ Đức Chúa Trời, Đấng không muốn một linh hồn nào vực sâu địa ngục! chúng ta sẽ khám phá một điều chưa từng được biết về thực tế thảm khốc của Hạ Tầng Âm Phủ và địa ngục.

Linh, Hồn, và Thân Thể I & II

Sách kim chỉ nam đem lại cho chúng ta sự hiểu biết thuộc linh về linh, hồn, và thân thể, đồng thời giúp chúng ta nhận biết được 'bản ngã' mình hầu cho chúng ta có được quyền năng đánh bại thế lực tối tăm và trở nên con người thuộc linh.

Tầm Thước Đức Tin

Nơi ở và vương miện nào trên thiên đàng đang chờ chúng ta? Sách nầy cung cấp cho chúng ta sự khôn ngoan và hướng dẫn chúng ta phương cách để có thể biết được lượng đức tin của mình và trưởng dưỡng lượng đức tin ấy một cách tốt nhất và trưởng thành nhất.

Thức Tỉnh Y-sơ-ra-ên

Tại sao Đức Chúa Trời luôn đoái xem đến Y-sơ-ra-ên từ buổi sáng thế cho đến ngày nay? Ơn phước nào đã được sắm sẵn cho Y-sơ-ra-ên, kẻ đang chờ đợi Đấng Mê-si-a, trong những ngày sau cuối?

Đời Tôi và Niềm Tin I & II

Một mùi hương thiêng liêng tuyệt vời nhất qua đời sống của Dr. Jaerock Lee được chiết xuất từ tình yêu của Đức Chúa Trời được trổ hoa trong giữa đợt sóng đen tối, ách lạnh lùng và những thất vọng khó lường nhất.

Quyền Năng Đức Chúa Trời

Một cuốn sách nhất thiết phải đọc, nó như một sự hướng dẫn cần thiết để qua đó người ta có thể có được đức tin thật và kinh nghiệm về quyền năng kỳ diệu của Đức Chúa Trời.

---

www.urimbooks.com

www.ingramcontent.com/pod-product-compliance
Lightning Source LLC
LaVergne TN
LVHW041813060526
838201LV00046B/1247